सर्पाचा सूड

महाभारतातील न ऐकलेल्या कथा

सुधा मूर्ती

अनुवाद
लीना सोहोनी

मेहता पब्लिशिंग हाऊस

THE SERPENT'S REVENGE by SUDHA MURTY

First Published in puffin Books by Penguin Random House India 2016
Translated into Marathi Language by Leena Sohoni

सर्पाचा सूड / अनुवादित कथासंग्रह

अनुवाद : लीना सोहोनी
Email : author@mehtapublishinghouse.com

संस्थापक : सुनील अनिल मेहता

प्रकाशक : मेहता पब्लिशिंग हाऊस प्रा. लि.
१९४१, सदाशिव पेठ, माडीवाले कॉलनी, पुणे ३०.

मुद्रक : श्री मुद्रा

मुखपृष्ठ व
आतील चित्रे : पेंग्विन रॅण्डम हाऊस इंडिया यांच्या सौजन्याने

प्रकाशनकाल : जानेवारी, २०१८ / मे, २०१८ / ऑक्टोबर, २०१९ /
जून, २०२२ / पुनर्मुद्रण : मार्च, २०२४

किंमत : ₹ २२०

P Book ISBN 9789387319912
E Book ISBN 9789387319929
E Books available on : amazonkindle Apple Books Google Play Books

---

कृष्णा खुराना
फक्त खास तुझ्यासाठी

धर्मक्षेत्र कुरुक्षेत्र

कुरुक्षेत्राच्या युद्धभूमीवर पांडव आणि कौरव यांच्यात खूप मोठं युद्ध झालं– अगदी आजसुद्धा ही युद्धभूमी पवित्र मानण्यात येते. या युद्धाला धर्मयुद्ध असं संबोधण्यात येतं; धर्मयुद्ध म्हणजे धर्मासाठी घडून आलेलं युद्ध.

युद्धाच्या पहिल्या दिवशी अर्जुनानं आपल्या समोर लढण्यासाठी सज्ज होऊन उभ्या असलेल्या शत्रूच्या सेनेचं बारकाईनं निरीक्षण केलं. त्याचे चुलत आजोबा भीष्माचार्य, गुरू द्रोणाचार्य, त्यांचा मुलगा अश्वत्थामा, त्याचा मामा शल्य आणि त्याचे आवडते इतर अनेक चुलतभाऊ त्या सेनेमध्ये समाविष्ट असल्याचं त्याच्या लक्षात आलं.

ते पाहून अचानक त्याचं मन दु:खानं भरून गेलं. एका छोट्याशा जमिनीच्या तुकड्यासाठी आपल्या या प्रियजनांशी कशाला लढायचं, असं त्याच्या मनात आलं. त्यानं आपल्या हातातील धनुष्यबाण व इतर शस्त्रं खाली ठेवून आपल्या मनात आलेला विचार भगवान श्रीकृष्णांना सांगितला.

अर्जुनाच्या मनात त्या वेळी नक्की कोणत्या विचारांचं वादळ उठलं आहे, हे श्रीकृष्णाला कळून चुकलं. त्यामुळे त्यानं अर्जुनाला तिथल्या तिथे रणभूमीवर विश्वरूपदर्शन घडवून आपण कोण आहोत, याची जाणीव करून दिली. श्रीकृष्ण म्हणजेच चराचरात भरून राहिलेल्या विष्णूंचा अवतार असल्याचं अर्जुनाला समजलं. श्रीकृष्णानं अर्जुनाला उपदेश केला :

मीच कर्ता, रक्षणकर्ता आणि संहारक आहे
मी परमेश्वर आहे आणि य:कश्चित जीवसुद्धा मीच आहे...
हे सगळं जग माझ्याच इच्छेनुसार चालतं

तू तर या जगाच्या रंगभूमीवरील एका दृश्यातील केवळ एक पात्र आहेस
तुझ्या वाट्याला जी भूमिका आली आहे, ती तू नीट पार पाड
हेच तुझं कर्तव्य आहे
बाकी सर्व काही तू माझ्यावर सोड
मी सर्व काही सूत्रं माझ्या हाती घेईन
सगळं जसं असायला हवं, तसंच आहे
मला भूत, वर्तमान आणि भविष्य या सर्वांचंच ज्ञान आहे
मी सर्वत्र आहे.

भगवान श्रीकृष्णांनी अत्यंत मृदू शब्दांत पण ठामपणे अर्जुनाला कर्तव्य, धर्म, ज्ञान आणि सदाचरण या संकल्पना समजावून सांगितल्या.

याच सर्व ज्ञानाला भगवद्गीता किंवा संक्षिप्त रूपात गीता असं म्हणतात. गीता हा हिंदूंचा पवित्र ग्रंथ असून आयुष्य कसं जगावं याचे नीतिनियम यात सांगितलेले आहेत.

भगवान श्रीकृष्णांचा उपदेश ऐकल्यानंतर मनातील सर्व संदेह बाजूला ठेवून अर्जुनानं शस्त्र उचलून आपल्या कर्तव्याचं पालन करण्याचं ठरवलं. आपल्या कृतीचे काय परिणाम होतील, हा विचार त्यानं मनातून काढून टाकला.

❖

प्रस्तावना

मी लहानपणी खूप गोष्टी ऐकल्या आहेत. रामायण, महाभारतातल्या गोष्टी, पुराणातल्या गोष्टी. मी खूप चौकस मुलगी असल्यामुळे मला जर एखादी गोष्ट पटली नाही, तर मी त्याबद्दल खूप प्रश्न विचारत असे. मी घरच्या वडीलधाऱ्यांना सारखे प्रश्न विचारून इतकं भंडावून सोडलं होतं, की शेवटी सगळे माझ्या या सवयीला कंटाळून गेले होते. 'आपल्या पुरातन धर्मग्रंथांमधून जी तत्त्वं सांगितली आहेत, तीच या कथांमधून विस्ताराने मांडलेली आहेत. ती जी काही तत्त्वं आहेत, त्यांचा आपण कोणतेही प्रश्न न विचारता जसाच्या तसा स्वीकार करायचा असतो,' असं मला माझ्या घरच्यांनी सांगितलं होतं.

त्यामुळे मी चौकश्या करणं, प्रश्न विचारणं बंद केलं होतं. गाड्यापुढे दुसरा काही पर्यायच नव्हता. पण मला काही कथा ज्या प्रकारे सांगण्यात आल्या होत्या त्या मला मुळीच पटल्या नव्हत्या, हे तर खरंच होतं.

मी मोठी झाल्यावरही काही प्रश्न माझ्या मनात वारंवार उमटत असत. मग मी स्वत:च्या मनाला विचारत असे, 'मी या कथांचा माझ्यापुरता जो अन्वयार्थ लावलेला आहे, तो बरोबर आहे का? मला पडलेले प्रश्न बरोबर आहेत का?'

पण आता मात्र मला या विषयावरील अनेक पुस्तकं वाचण्याची मुभा होती. आणि ती वाचून स्वत:चं मत बनवणंही शक्य होतं.

काही काळानंतर माझ्या असं लक्षात आलं की इतिहास आणि पुराण या दोन्हींमध्ये फरक असतो. पुराणातील कथासुद्धा इतिहासावर आधारित असतात, पण त्या अगदी बिनचूक नसतात. कदाचित जुन्या काळी या सर्व कथा मौखिक परंपरेनं एका पिढीकडून दुसऱ्या पिढीकडे संक्रमित झालेल्या असतील. आपण लहानपणी कानगोष्टींचा खेळ खेळायचो ना? तेव्हा पहिल्यानं सांगितलेलं वाक्य

शेवटच्या भिडूपर्यंत पोहोचेस्तोवर पारच बदलून गेलेलं असायचं. तसाच काहीसा प्रकार या कथांच्या बाबतीतसुद्धा झाला असण्याची शक्यता आहे. त्या कथांमध्ये काही अद्‌भुत गोष्टींचीही सरमिसळ झाली असेल, काही असत्यही त्यात घुसडलं गेलं असेल.

एकदा ही शक्यता गृहीत धरल्यानंतर मग त्या गोष्टींमधला अतिरंजितपणा, अवास्तवपणा, इत्यादीकडे दुर्लक्ष करून त्यातलं फक्त सारच आपण घ्यायचं, असं मी ठरवलं. उदाहरणार्थ, रामायणातील रावणाला दहा मस्तकं होती, हे सर्वांनाच माहीत आहे. पण ही दहा मस्तकं म्हणजे खरंतर त्याची कुशाग्र बुद्धी आणि वेगवेगळ्या पद्धतीनं विचार करण्याची क्षमता यांचं प्रतीक आहे. हिंदू पुराणात आपण रावणाची खरोखरची दहा डोकी असलेलं चित्र उभं करतो; पण रावण हा दहा डोकी असलेला एक विचित्र किंवा इतर माणसांपेक्षा चमत्कारिक, वेगळा असा माणूस होता, असा त्याचा अर्थ नव्हे. तर त्याच्या अंगी ज्या काही क्षमता, जी कौशल्ये होती, त्याचं ते प्रतीकात्मक वर्णन आहे, हे आपण लक्षात घेतलं पाहिजे. कधीतरी आपण ज्याचं 'सर्प' असं वर्णन ऐकतो, तो नागा जमातीतील एक खरीखुरी व्यक्ती असते.

पुराणकाळामध्ये अशा अनेक जाती-जमाती अस्तित्वात होत्या. देव, नाग, राजेरजवाडे, आणि असुर किंवा राक्षस. यापैकी देव आणि असुर हे लढवय्ये जमातीचे, शूर वीर होते. फक्त त्यांचं एकमेकांशी वैर होतं. असुर हे कुप्रवृत्तीचे आणि दुष्ट होते.

प्रिय वाचकहो, या कथासंग्रहातून तुम्हाला ज्या कथा वाचायला मिळणार आहेत, त्यात वरदान, शाप, उःशाप अशा असंख्य गोष्टींविषयी तुम्हाला वाचायला मिळेल. आपल्या पूर्वजांना असं वाटत असेल, की समाजातील दुष्प्रवृत्तींना आळा घालण्यासाठी लोकांना शिक्षेचं, शापाचं भय दाखवणं गरजेचं आहे. त्याचप्रमाणे जर चांगलं कर्म केलं तर पुण्य पदरात पडतं हेही लोकांना समजावून सांगितलं पाहिजे. माझ्या मते देव हा क्षमाशील, कनवाळू असतो. पूर्वीच्या काळच्या ऋषिमुनींप्रमाणे किंवा आम्हा मनुष्यप्राण्यांप्रमाणे देव काही कुणावर चिडत नाही, संतापत नाही, की शापसुद्धा देत नाही. देव एखाद्या प्रेमळ मातेसारखा असतो. आपल्या लेकरांविषयी तो मनात कधीच किंतु ठेवत नाही. त्यामुळे तुम्ही माणुसकीनं वागा आणि जगात भलं काम करा.

महाभारत, रामायण या महाकाव्यांमध्ये तुम्हाला अनेक कथा ऐकायला मिळतील. त्या फारशा लोकप्रिय नसल्या, तरीही त्या अत्यंत रोमहर्षक आहेत. त्यांच्यावरूनच स्फूर्ती घेऊन मी ही कथामाला लिहायला घेतली. त्यात मी तुम्हाला मुख्य व्यक्तिरेखांविषयीच्या काही कथा सांगणार आहे.

मी लिहीत असलेल्या कथामालेपैकी हे पहिलंच पुस्तक आहे. यात महाभारतातील काही कथा आहेत. आपल्या पुरातन ग्रंथांपैकी महाभारत त्यातल्या त्यात वास्तवाच्या जवळ जाणारा आहे. राजघराण्यात एक घनघोर युद्ध होतं. त्यामुळे आईवडील, त्यांची मुलं, भावंडं आणि आजी-आजोबा या सर्वांच्यात दरी निर्माण होते. स्वाभाविकच संपूर्ण राज्यात फूट पडते. महाभारताच्या या कहाणीमध्ये मानवी भावभावनांचा खूप खोलवर जाऊन शोध घेतलेला आहे– राग, लोभ, प्रेम, द्वेष, असूया, निर्धार इत्यादी. त्यामुळेच 'महाभारत' या विख्यात दूरदर्शन मालिकेचे पटकथा-लेखक राही मासूम रझा एकदा म्हणाले होते, "जगात कुठेही कशीही परिस्थिती ओढवली, तरी त्याचं चित्रण महाभारतात आपल्याला नक्कीच आढळून येतं. जर एखादी विशिष्ट परिस्थिती तुम्हाला महाभारतात सापडली नाही, तर त्याचा अर्थ ती जगात कुठेही आढळून येणार नाही."

भारतातील बऱ्याच लोकांना महाभारताच्या या महाकाव्याची मध्यवर्ती कल्पना– म्हणजेच कौरव-पांडव यांच्यातील युद्ध, महत्त्वाची पात्रं, त्यांचे जन्म, त्यांची परिस्थिती, त्यांचे विवाह– ठाऊक आहे. परंतु तरुण पिढीला त्याच्या अनुषंगाने येणारी उपकथानके मात्र परिचयाची नाहीत. आणि या अशा उपकथानकांमधून भगवान श्रीकृष्ण आपल्याला परमात्म्याच्या भूमिकेतून भेटत नाहीत, तर एका धोरणी मुत्सद्द्याच्या रूपात भेटतात.

या पुस्तकात जागोजागी मी सध्याच्या भारतातील घटनांचाही उल्लेख केलेला असून, महाभारतात आढळून येणारी स्थळं, गावं आणि सध्याच्या भारतातील ठिकाणं यांचा परस्परसंबंधसुद्धा सूचित केलेला आहे. उदाहरणार्थ कुंकुरू येथील महामाया मंदिर किंवा राजस्थानातील खाटू श्यामजी मंदिर. या अशा प्रकारच्या स्थळांच्या संदर्भात पुरातन काळापासून प्रचलित असलेल्या कथांना स्थळपुराण असं म्हणतात.

महर्षी व्यासांच्या शिष्यांपैकी एक म्हणजे महर्षी जेमिनी. यांनी 'जेमिनीभारत' ही एक काव्यरचना केली होती. महर्षी जेमिनी हे वेदोपनिषदांचे गाढे अभ्यासक होते. 'जेमिनीभारत' हे कित्येक शतकं प्रसिद्ध आहे. महाभारतामध्ये घनघोर युद्ध संपल्यानंतर पांडवांच्या आणि त्यांच्या वंशजांच्या आयुष्यात पुढे काय काय घडलं, हे त्यात त्यांनी वर्णन केलेलं आहे. राजा जनमेयानं जो सर्पयज्ञ केला त्याचं पौरोहित्य या जेमिनी ऋषींनीच केलं होतं आणि ते राजघराण्याशी चांगले परिचित होते, असं म्हणतात.

या पुस्तकातील कथा मी स्वतःच्या प्रतिभेतून निर्माण केलेल्या नाहीत. माझी भूमिका फक्त एका कथाकथनकाराची आहे. प्राचीन कथांच्या या महासागरातून काही लोकविलक्षण कथा बाहेर काढून मी विविध स्रोतांद्वारे त्यांचे संदर्भ तपासून

पाहिले, त्यातील मनाला न पटणारे, तर्कशून्य तपशील बाजूला काढले आणि आजच्या तरुण पिढीच्या वाचकाला रुचतील आणि पटतील अशा पद्धतीनं मांडण्याचा हा प्रयत्न केला आहे.

आपण सर्व वाचक या कथेतून महाभारताचे विविध पैलू पाहाल, त्यातून काही शिकण्यासारखं घ्यालं आणि ते पुढच्या पिढ्यांपर्यंत पोहोचवाल, अशी मी आशा करते.

माझ्या पुस्तकाचे काटेकोरपणे संपादन करणाऱ्या श्रुती खुराना यांची मी आभारी आहे. पेंग्विन प्रकाशन संस्थेचे उदयन मित्रा, हिमाली सोधी आणि सोहनी मित्रा यांनी हे पुस्तक प्रकाशित करण्यासाठी पुढाकार घेतला त्याबद्दल मी त्यांची आभारी आहे. त्याचप्रमाणे निम्मी चाको यांनी केलेल्या संपादन कार्याबद्दल मी त्यांचेही मनापासून आभार मानते. पण सर्वांत महत्त्वाचं, म्हणजे ज्या जुन्या ऋषी-महर्षींनी मौखिक परंपरेनं या सर्व कथा पुढच्या पिढ्यांपर्यंत पोहोचवण्याचं मोलाचं कार्य केलं, त्यांचा ऋणनिर्देश केल्याशिवाय मला पुढे जाता येणार नाही. त्यांनी केलेल्या या महान कार्यामुळेच आपल्या जीवनात रंगत आली. माझ्या आयुष्यातील अनेक कठीण प्रसंगांना तोंड देताना मला या सर्व कथांचीच मदत झाली.

❖

अनुक्रमणिका

✆ +91 020-24476924 / 24460313 / Mob. No. 9545000513
Email : production@mehtapublishinghouse.com
Website : www.mehtapublishinghouse.com

स्त्री झालेला पुरुष

रामायण आणि महाभारतानुसार चंद्रवंश किंवा सोमवंश हे घराणं प्राचीन भारतातील लढवय्यांचं घराणं म्हणून प्रसिद्ध आहे. घराण्याच्या नावावरून हे लक्षात येतं, की हे घराणं चंद्रापासून निर्माण झालेलं आहे.

खूप खूप वर्षांपूर्वी वैवस्वत मनू नावाचा माणूस राहत होता. हा मनू म्हणजे पृथ्वीवरचा पहिला पुरुष होता, असं मानण्यात येतं. तो व त्याची पत्नी श्रद्धा यांच्या पोटी मूलबाळ नव्हतं. मग त्यांनी पुत्रप्राप्तीसाठी एक यज्ञ करायचं ठरवलं. आपल्या पोटी पुत्र जन्माला यावा, अशी मनूची इच्छा होती; पण त्याची पत्नी श्रद्धा हिला मात्र मनापासून कन्याच हवी होती. तिनं आपली ही इच्छा कुणालाही सांगितली नव्हती. काही दिवस गेले आणि मनूची प्रार्थना सफल झाली. त्यांच्या पोटी पुत्र जन्माला आला. त्यांनी त्याचं नाव सुद्युम्न ठेवलं.

पुष्कळ वर्षं लोटली. सुद्युम्न वयानं मोठा झाला होता. आता तो एक उमदा तरुण मुलगा झाला होता. एक दिवस तो आपल्या मित्रांबरोबर जवळच्या श्रवण नावाच्या रानात शिकारीसाठी गेला. शिकार करण्याच्या नादात तो आणि त्याचे मित्र रानाच्या मध्यभागी पोहोचले. हा भाग मंतरलेला होता. क्षणार्धात त्या सर्व तरुणांचं सुंदर तरुणींमध्ये रूपांतर झालं. हे कसं घडलं, आणि आता आपण नक्की काय करायचं, हे काही त्यांना समजेना.

ते सर्व जण तरुणींच्या रूपात त्या रानात भ्रमंती करू लागले. सुद्युम्नानं आपल्या नव्यानं प्राप्त झालेल्या या व्यक्तिमत्त्वाचा शोध घेण्याचं ठरवलं. त्यानं स्वत:चं सुद्युम्न हे नाव बदलून इला हे नाव धारण केलं. इला आणि तिच्या मैत्रिणींना काही दिवसांनी स्वत:च्या घरी परत जाण्याची ओढ लागली. मग अचानक एक दिवस पार्वतीदेवी त्यांच्या समोर अवतीर्ण झाली. "तू आणि तुझे मित्र माझ्या उद्यानात शिरला आहात," देवी म्हणाली, "जरा आजूबाजूला एक नजर टाका. हे

काही सामान्य ठिकाण नाही. आणि इथे कोणाही पुरुषाला प्रवेश नाही. जर कुणी पुरुष इथे आलाच, तर त्याचं स्त्रीमध्ये रूपांतर होतं. कायमचं!''

ते ऐकून इलाचा चेहरा उतरला. ते लक्षात येताच पार्वतीदेवी हसून म्हणाली, ''तू इथे चुकून आल्याचं मला माहीत आहे. तेव्हा बाळा, मी तुला आशीर्वाद देते. तुला कोणत्याही रूपात सुखी आयुष्य घालवता येईल. आजपासून तुला कधीही, कुठेही स्त्री किंवा पुरुष यापैकी पाहिजे त्या रूपात वावरता येईल.''

पण सौंदर्यवती इलानं मात्र स्त्रीरूपातच राहणं पसंत केलं. आपलं हे नवीन स्त्रीरूप अत्यंत आनंदानं, अगदी मनापासून स्वीकारलं.

काही दिवसांतच चंद्रदेवांचा मुलगा बुध हा इलाच्या सौंदर्यावर मोहित होऊन तिच्या प्रेमात पडला. इलालाही त्याच्याविषयी प्रेम वाटू लागलं आणि थोड्याच दिवसात दोघं विवाहबद्ध झाले. काही काळानंतर त्यांना मुलगा झाला. त्यांनी त्याचं नाव पुरुरवा असं ठेवलं.

अशी काही वर्षं लोटली. इलानं आता आपल्या स्त्रीरूपाचा त्याग करून आपलं मूळ रूप– पुरुषाचं रूप– धारण करायचं ठरवलं. पुरुषरूपात परत आलेला सुद्युम्न आपल्या राजधानीत परत आला. त्यानं राज्यशकट उत्तम तऱ्हेनं हाकण्यास सुरुवात केली. राजाला विवाह तर करावाच लागतो. तसा सुद्युम्नाचाही विवाह झाला. त्याला अनेक मुलंही झाली. सुद्युम्न अगदी वृद्ध होईपर्यंत राज्यकारभार नीट चालवत होता आणि आपल्या प्रजेची व्यवस्थित काळजी घेत होता. मात्र शेवटी त्यानं राज्यकारभार आपला पहिला पुत्र पुरुरवा याच्या हवाली केला आणि उर्वरित आयुष्य रानात घालवण्यासाठी तो निघून गेला.

अशा रीतीनं चंद्रदेवांचा नातू पुरुरवा यानं चंद्र घराण्याची स्थापना केली. आपल्या राज्याची राजधानी प्रतिष्ठान (म्हणजेच सध्याच्या उत्तर प्रदेशातील अलाहाबाद) येथून त्यानं राज्याचा कारभार सांभाळण्यास सुरुवात केली.

महाभारतातील पांडव हेसुद्धा याच घराण्याचे वंशज आहेत. पांडवांच्या पूर्वजांपैकी एक म्हणजे राजा ययाती. त्याच्यानंतर त्याचा मुलगा पुरू हा गादीवर आला. तेव्हापासून पुरू घराणं अस्तित्वात आलं.

पुरूचाच एक वंशज म्हणजे राजा भरत. हा राजा दुष्यंत आणि शकुंतला यांचा पुत्र. हा भरत इतका महान राजा होऊन गेला, की आपल्या देशाला भारत किंवा भरतवर्ष हे नाव त्याच्यावरूनच पडलं.

पुरू घराण्याच्या पंचविसाव्या पिढीमधे कुरू हा राजा जन्माला आला. त्याच्यापासून कुरू वंशाची सुरुवात झाली. या कुरू राजाचा पणतू म्हणजे राजा हस्तिन. त्याचं राज्यच पुढे हस्तिनापूर म्हणून नावारूपास आलं. (हे हस्तिनापूर म्हणजेच आताचं मेरठ) यानंतर पंधरा पिढ्यांनंतर कौरव आणि पांडव यांचा जन्म झाला. खरं तर

तत्त्वत: कौरव आणि पांडव हे दोघेही कुरू राजाचेच वंशज होते. परंतु पांडवांनी स्वत:ला आपल्या वडिलांच्या 'पंडू' या नावावरून पांडव म्हणवून घेणं पसंत केलं; आणि कुरू वंशाचं वैशिष्ट्य असलेल्या कौरव या नावाचा त्याग केला.

◆

स्मरणाची अंगठी

फार फार वर्षांपूर्वी विश्वामित्र नावाचा एक राजा होऊन गेला. पण काही काळानंतर आपल्या राजगादीचा त्याग करून तपश्चर्या करण्यासाठी तो रानात निघून गेला. त्याला लोक आता विश्वामित्र ऋषी म्हणून ओळखू लागले. विश्वामित्र ऋषींनी त्यानंतर अनेक वर्षं अत्यंत घोर अशी तपश्चर्या केली.

त्यांच्या या तपश्चर्येमुळे सर्व देवदेवतांचा राजा इंद्र याचं आसन डळमळीत झालं. आता आपलं स्थान जाणार की काय, याची त्याला भीती वाटू लागली. त्यामुळे विश्वामित्र ऋषींच्या तपश्चर्येचा भंग करण्यासाठी त्यानं स्वर्गलोकीची सर्वांत सुंदर अप्सरा मेनका हिला भूलोकी पाठवलं.

मेनकेनं भूलोकी येताच आपल्या सौंदर्याची विश्वामित्र मुनींना भुरळ पाडून त्यांचं चित्त विचलित करण्याचे प्रयत्न सुरू केले. विश्वामित्र मुनींची नजर तिच्यावर पडताच तिच्या अद्वितीय लावण्यामुळे ते मंत्रमुग्ध झाले. त्यांची तपश्चर्या भंग पावून ते मेनकेच्या प्रेमात पडले. त्यांनी तिच्याशी विवाह केला. त्या दोघांना एक सुंदर मुलगी झाली.

विश्वामित्र आपल्या त्या गोंडस मुलीकडे एकटक पाहत राहिले. मग तिला पाहून अचानक त्यांना त्यांच्या तपश्चर्येची आठवण झाली. आपण आपली तपश्चर्या अर्धवट सोडून दिली असून, आता आपण एका कन्येचा पिता झालो आहोत, याची त्यांना जाणीव झाली.

ते खूप अस्वस्थ झाले आणि रागानं मेनकेला म्हणाले, "तुझा डाव माझ्या आता लक्षात आला आहे. माझ्या ध्येयसिद्धीपासून तू मला मुद्दाम दूर नेलंस. माझ्या तपश्चर्येचा भंग केलास. त्यामुळे आजपासून आपल्या या कन्येच्या संगोपनाची संपूर्ण जबाबदारी तुझी एकटीचीच असेल. तू हिला घेऊन इथून ताबडतोब निघून जा. मला तुझं तोंडसुद्धा पाहायचं नाही. तू पुन्हा जर माझ्यासमोर आलीस, तर मी तुला

असा शाप देईन, की तू मला भेटल्याचा तुला कायमचा पश्चात्ताप होईल.''

एवढं बोलून आपल्या नवजात बालिकेला तिथेच सोडून विश्वामित्र कायमचे तिथून निघून गेले.

मेनका विवश झाली. आता काय करावं, हेच तिला कळेना. 'मी तर आता देवलोकी इंद्रमहाराजांकडे या बाळाला घेऊन परत जाऊ शकत नाही, कारण देवलोकात मानवांना प्रवेश नाही,' असा विचार ती करू लागली.

तिच्या डोळ्यांतून घळाघळा अश्रू वाहू लागले. ती मनोमन देवादिकांची आणि रानातल्या इतर प्राणिमात्रांची करुणा भाकू लागली. अखेर तिनं एका मोठ्या केळीच्या पानावर आपल्या बालिकेला झोपवून तिला झाडाच्या सावलीत ठेवलं आणि तिच्यासमोर हात जोडून ती म्हणाली, ''बाळा, मला क्षमा कर. माझा नाइलाज आहे. विश्वामित्रांच्या तपश्चर्येचा भंग करण्यासाठी मला इथे पाठवण्यात आलं होतं; पण ते तर आता निघून गेले. त्यामुळे आता मला परत गेलं पाहिजे. मी तुला इथे सोडून जात आहे. इथल्या प्राण्यांनी आणि पक्ष्यांनी तुझी नीट देखभाल करावी अशी मी प्रार्थना करत आहे. मी तुला असं वचन देते, की जेव्हा कधीही तू संकटात सापडशील, तेव्हा मी स्वर्गातून पृथ्वीवर येऊन तुला त्या संकटातून सोडवेन.''

असं बोलून अत्यंत निराश अवस्थेत, डोळ्यांत अश्रू घेऊन मेनका इंद्राच्या दरबारी परत गेली.

बराच वेळ ती बालिका त्या झाडाच्या सावलीत, केळीच्या पानावर पडलेली होती. रानातील पक्ष्यांची आणि प्राण्यांची तिला सोबत होती. ती बालिका मोठमोठ्यांदा खेळत, मोठमोठ्यांदा हसत होती. जवळच एक नदी होती. कण्व नावाचे एक मुनी त्या नदीकडे चाललेले असताना त्या बालिकेच्या हसण्याचा आवाज त्यांच्या कानावर पडला. त्या आवाजाचा मागोवा घेत ते त्या झाडापाशी पोहोचले. तिथे झाडाच्या सावलीत पहुडलेली ती बालिका त्यांना दिसली. आजूबाजूचे पक्षी आणि प्राणी तिला सोबत करत होते.

कण्व मुनींनी त्या बाळाच्या आईवडिलांचा आजूबाजूला शोध घेतला; पण जवळपास कुणाचीही चाहूल लागली नाही. त्यांनी डोळे मिटले. आपल्या योगसामर्थ्याच्या साहाय्यानं त्यांना एक गोष्ट कळून चुकली– त्या बालिकेला असं रानात एकटं सोडून तिचे आईवडील निघून गेले होते.

त्यांनी त्या तान्ह्या बालिकेला उचलून छातीशी घेतलं. ते तिला म्हणाले, ''बाळा, मी तर एक संन्यासी आहे; पण मी तुझा माझ्या पोटच्या मुलीप्रमाणे सांभाळ करीन. या शकुंत पक्ष्यांच्या सहवासात इथे तू इतकी रमली आहेस, म्हणून तुझं नाव मी शकुंतला ठेवत आहे.''

कण्व मुनींच्या आश्रमात शकुंतला दिसामासांनी वाढू लागली. बघता बघता

तिचं एका सुंदर तरुणीत रूपांतर झालं. तिला दोन मैत्रिणीसुद्धा मिळाल्या. त्यांची नावं होती अनसुया आणि प्रियंवदा. कण्व मुनींच्या आश्रमात राहत असलेल्या गौतमी नावाच्या संन्यासी स्त्रीनं शकुंतलेचं संगोपन केलं. शकुंतलेला आश्रमातील प्राण्यांचा आणि पक्ष्यांचा फार लळा होता. तिला झाडाझुडपांविषयी प्रेम होतं. तिला आश्रमात राहायला खूप आवडायचं. ती तिथे खूप सुखी, समाधानी होती.

एक दिवस काही कामानिमित्त कण्व मुनींना आश्रमातून बाहेर जावं लागलं. शकुंतला आश्रमाच्या झाडांची, फुलांची आणि रोपांची देखभाल करण्यात रमली होती. ती झाडांना पाणी देत होती.

जरा वेळात तिला एक आवाज ऐकू आला, "मला खूप तहान लागली आहे. थोडं पाणी मिळेल का?"

शकुंतलेनं मागे वळून पाहिलं, तर काय? समोर एक उमदा, देखणा तरुण उभा होता. तो दुसरा तिसरा कुणी नसून राजा दुष्यंत होता. चांद्र घराण्याच्या कुरुवंशातील तो राजा होता. तो हस्तिनापूर येथे राज्य करत होता. कण्व मुनींच्या आश्रमाजवळच्या रानातील वन्य पशूंनी दुष्यंताच्या प्रजेला हैराण करून सोडलं होतं. त्यामुळे त्या प्राण्यांची शिकार करण्यासाठी तो तिकडे आला होता.

दुष्यंत आणि शकुंतला प्रथम भेटीतच एकमेकांकडे आकृष्ट झाले. शकुंतलेनं दुष्यंताच्या ओंजळीत पाणी घालण्यास सुरुवात केली. तो अनिमिष नेत्रांनी खिळल्यासारखा तिच्याकडे पाहत होता. तिच्या सौंदर्यानं, तिच्या हालचालींनी तो अक्षरश: मंत्रमुग्ध झाला होता. कण्व मुनी बाहेरगावी गेले असल्यामुळे राजा दुष्यंत शकुंतलेची भेट घेण्यासाठी रोजच आश्रमात येऊ लागला. शिकार करता करता मध्येच थोडी विश्रांती घेण्याच्या बहाण्यानं तो आश्रमात येत असे.

असे कित्येक आठवडे लोटले. अखेर दुष्यंत व शकुंतला यांनी आपापल्या घरच्या लोकांची संमती न घेताच गुपचूप विवाहसुद्धा केला.

विवाहानंतर ताबडतोब दुष्यंताला राजधानीत परत जावं लागलं. विरहाच्या दुःखानं शकुंतला व्याकूळ झाली. पण जाण्यापूर्वी तिची समजूत काढत दुष्यंत म्हणाला, "प्रिये, ही अंगठी घे. ही माझी आठवण म्हणून जपून ठेव. मी हस्तिनापूरला पोहोचलो, की लगेच तुझ्या वडिलांना, कण्व मुनींना निमंत्रण पाठवतो. त्यांची परवानगी घेऊन मगच मी तुला इथून घेऊन जाईन."

त्यानंतर शकुंतला थोडी शांत झाली. तिनं तो प्रस्ताव मान्य केला. दुष्यंताची ती अंगठी शकुंतलेच्या नाजूक बोटात जरा सैलसर बसत होती. पण ती हातात घातल्यावर तिला आपल्या पतीविषयी विश्वास वाटू लागला.

राजधानीत पोहोचल्यावर दुष्यंत आपल्या दैनंदिन कामांमध्ये व्यग्र झाला. कामाच्या पसाऱ्यातून जरा मोकळं झाल्यावर निवांतपणे शकुंतलेच्या वडिलांना

निरोप पाठवून तिला आपल्याकडे बोलावून घ्यायचं, असा त्यानं विचार केला.

दुष्यंत परत गेल्यावर काही काळातच आपण गर्भवती असल्याचं शकुंतलेच्या लक्षात आलं. कण्व मुनी आश्रमात परत आल्यावर झालेला सर्व प्रकार त्यांना समजला. आपण आपल्या आश्रमात हिचा आपल्या पोटच्या मुलीप्रमाणे प्रतिपाळ केला, पण हिने मात्र एखाद्या ऋषीऐवजी राजाशी विवाह करण्याचा निर्णय घेतला आहे. परंतु एका राजाची राणी म्हणून ही नक्कीच शोभून दिसेल, असा त्यांनी विचार केला. ते म्हणाले, "आपण दुष्यंत राजाचा सांगावा येण्याची वाट बघत आश्रमात थांबणं योग्य नव्हे. त्यापेक्षा तू तुझ्या पतिगृही जावंस, हे बरं."

आपल्या पतीला भेटण्याच्या कल्पनेनं शकुंतला हरखून गेली. पण त्याचबरोबर नवीन आयुष्याला सुरुवात करण्याच्या कल्पनेनं मनातून थोडीशी धास्तावली. 'मी आजवर या रानाबाहेर कधीच गेले नाही. आश्रमाबाहेरचं आयुष्य कसं असतं, तेही मला ठाऊक नाही. मोठं नगर कसं असेल, याची मला काहीच कल्पना नाही. मला पित्यासमान असलेले कण्व मुनी आणि माझे प्रिय पती दुष्यंत, एवढे दोघेच मला माहीत आहेत. राजधानीतील आयुष्याशी मी मिळतंजुळतं घेऊ शकेन का?' अशा वेगवेगळ्या विचारांनी शकुंतलेचं मन भरून गेलं होतं.

इकडे शकुंतला अशी विचारमग्न अवस्थेत बसून असताना आश्रमात कण्व मुनींची भेट घेण्यासाठी दुर्वास ऋषी आले. ते स्वभावानं अत्यंत रागीट म्हणून प्रसिद्ध होते. त्यांचा क्रोध अनावर होत असे. शकुंतला तिच्या विचारात इतकी बुडून गेली होती, की तिनं उठून पुढे होऊन दुर्वास ऋषींचं स्वागतसुद्धा केलं नाही.

तिनं आपला असा अनादर करावा, याचा दुर्वास ऋषींना राग आला. आपल्या हातातील कमंडलूमधील थोडंसं पाणी तिच्या मस्तकावर शिंपडून ते म्हणाले, "शकुंतले, आज तू नक्कीच दुसऱ्या कुणाच्या तरी विचारात मग्न झालेली असल्यामुळे तुला तुझ्या कर्तव्याचा विसर पडलेला दिसतो. ज्या कुणाचा तू विचार करत आहेस, त्या व्यक्तीला या क्षणापासून तुझा विसर पडेल, असा मी तुला शाप देत आहे."

बिचारी शकुंतला इतकी घाबरून गेली, की त्यांच्या शब्दांचा मथितार्थ तिच्या नीट लक्षातसुद्धा आला नाही.

तिच्या दोघी मैत्रिणी नेमक्या त्याच वेळी तिथे आल्या होत्या. दुर्वास ऋषींची शापवाणी ऐकून त्या भयभीत झाल्या. त्यांनी ऋषींच्या पायावर लोटांगण घालून गयावया केली. "ऋषीवर, तुम्ही कृपा करून तुमचा हा महाभयंकर शाप मागे घ्या," अशी त्यांनी याचना केली, "शकुंतला एखाद्या निरागस बालकाप्रमाणे निष्पाप आहे. तिचं मन सध्या भविष्याच्या चिंतेनं भरून गेलेलं आहे. तिनं आजवर अजाणतासुद्धा कधीही कुणाचा अनादर केलेला नाही, कुणाला दुखावलेलं नाही. तुम्ही आमचं म्हणणं ऐका. तिच्या वतीनं आम्ही तुमची क्षमा मागतो, पण तिला माफ करा."

ते ऐकून दुर्वास जरा शांत झाले. ते म्हणाले, ''मी एकदा दिलेला शाप काही मागे घेऊ शकत नाही. परंतु मी तिला एक उ:शाप देतो. शकुंतला ज्या व्यक्तीच्या चिंतनात इतकी बुडून गेली होती, त्या व्यक्तीची एखादी वस्तू जर तिच्याकडे असेल, तर त्या वस्तूवर नजर पडताच त्या व्यक्तीला शकुंतलेची आठवण येईल.''

शकुंतला अजूनही विचारमग्न अवस्थेत तशीच बसून होती. आजूबाजूला हे सर्व काय घडत होतं, याची तिला जरासुद्धा जाणीव नव्हती. आपण किती कठीण परिस्थितीत अडकलो आहोत, हे तिच्या अजून ध्यानातच आलेलं नव्हतं. आपल्या पतीला कधीकाळी आपला विसर पडू शकेल, या गोष्टीवर तिचा विश्वासच बसेना.

काही दिवसांनंतर शकुंतलेची पतिगृही जाण्याची वेळ जवळ आली. तिच्या मैत्रिणींनी तिला आठवण करून दिली, ''शकुंतले, पतीकडे जाताना ती अंगठी घेऊन जायला विसरू नकोस हं. अंगठी नीट जपून ठेव बरं का. ती कुठेही पाडू नको, हरवू नको. अगदी काहीही झालं, तरी ती तू नजरेआड होऊ देऊ नको.''

शकुंतलेनं नुसती मान हलवून होकार दिला खरा, पण तिचं त्यांच्या बोलण्याकडे काहीच लक्ष नव्हतं. ती गौतमी आणि इतर काही मुनींना सोबत घेऊन आश्रमातून निघाली. आपलं माहेर सोडून मोठ्या जड अंत:करणानं मागे वळून पाहत ती पतिगृही निघाली.

रानातून पलीकडे पोहोचल्यावर ते सर्व जण नौकेत बसून गंगा नदी पार करून हस्तिनापूरकडे जाऊ लागले. शकुंतला नेहमीप्रमाणे दुष्यंत राजाच्या विचारात बुडून गेली होती. तिनं नदीच्या पाण्यात आपला हात बुडवला होता. तिच्या बोटातील अंगठी जरा सैलसर असल्यामुळे ती वाहत्या पाण्यात कधी पडली आणि पाण्याच्या प्रवाहात वाहून गेली, हे तिच्या लक्षातसुद्धा आलं नाही. ती अंगठी नदीच्या पात्रातील एका माशानं गिळून टाकली.

खूप मोठा प्रवास करून अखेर सर्व जण राजदरबारी जाऊन पोहोचले. राजा दुष्यंत राज्याच्या कामकाजात व्यग्र होता. अखेर कामातून जरा उसंत मिळाल्यावर त्यानं या सर्वांची भेट घेतली. गौतमी त्याला उद्देशून म्हणाली, ''महाराज, मी आपल्यासमोर कण्व मुनींची मानसकन्या, सौंदर्यवती शकुंतला हिला सादर करत आहे. तुम्ही हिला कण्व मुनींच्या आश्रमात प्रथम भेटला होता. तेथे तुम्ही तिच्याशी विवाह केला. आता ती गर्भवती आहे. तिला तिच्या सासरी पोहोचवणं हे आम्ही आमचं कर्तव्य समजतो, म्हणून आम्ही आज तिला आपल्याकडे घेऊन आलो आहोत. आमचे गुरू कण्व मुनी यांनी तुम्हाला नमस्कार सांगितला आहे. आपल्या या एखाद्या फुलासारख्या नाजूक मुलीचा तुम्ही काळजीपूर्वक सांभाळ करावा, अशीही त्यांनी विनंती केली आहे.''

परंतु दुर्वास ऋषींच्या शापाचा परिणाम म्हणून राजा दुष्यंताला शकुंतलेशी

झालेल्या त्याच्या विवाहाचा पूर्ण विसर पडला होता. या स्त्रीला आपण कधीतरी, कुठेतरी नक्कीच भेटलो आहोत, अशी अंधुकशी जाणीव त्याच्या अंतर्मनात खोलवर झाली. परंतु तरीही तिचा पत्नी म्हणून स्वीकार करण्यास तो तयार होईना. तो मृदूपणे म्हणाला, ''आदरणीय जन हो, तुमच्या गुरूंच्या भावना मी समजू शकतो. परंतु मला तरी या तरुणीला याआधी कधी भेटल्याचं मुळीच आठवत नाही. मग मी तिच्याशी विवाह केलेला असणं कसं काय शक्य आहे? तिचा पती माझ्यासारखाच दिसणारा दुसरा कुणीतरी असेल. मी तर राजा आहे. माझा विवाह खूप मोठ्या प्रमाणात, अनेक जनसज्जनांच्या साक्षीनंच होणार ना? मी सांगतो त्यावर विश्वास ठेवा, मी या तरुणीला ओळखत नाही.''

राजाच्या तोंडचे ते शब्द ऐकून शकुंतलेला फार मोठा धक्का बसला. ती डोळ्यांत पाणी आणून राजा दुष्यंताच्या विनवण्या करत म्हणाली, ''महाराज, माझा विवाह तुमच्याशीच झाला आहे. मी स्वत: राजघराण्यात जन्माला आलेली नाही, याची मला कल्पना आहे. पण मी कधीच खोटं बोलत नाही. मी एका थोर मुनींची कन्या आहे. मला धनसंपत्तीचा, राजवैभवाचा काडीमात्र लोभ नाही. माझ्याकडे सद्‌गुणांची आणि नीतितत्त्वांची संपत्ती आहे. मी आपल्याशी विवाह केला तो फक्त आपल्यावर असलेल्या प्रेमामुळे. मला राजाची राणी होण्याची तिळमात्र इच्छा नाही. पण महाराज, तुम्ही माझं बोलणं ऐकून तरी घ्या. आपण एकत्र घालवलेल्या क्षणांच्या कित्येक आठवणी माझ्यापाशी आहेत. त्या ऐकल्यावर तुम्हाला सर्व काही आठवेल, याची मला खात्री आहे.''

शकुंतलेनं त्यानंतर त्यांच्या सहजीवनाच्या कितीतरी आठवणी त्याला सांगितल्या. पण त्याचा काहीच उपयोग झाला नाही.

अखेर राजा तिला म्हणाला, ''हे बघ, तुझ्याकडे जर काही सबळ पुरावा असेल, तर तो मला दाखव. म्हणजे कदाचित तू सांगितलेल्या या गोष्टी मला आठवतील.''

अचानक शकुंतलेला त्या अंगठीची आठवण झाली. तिचा निरोप घेण्यापूर्वी स्वत:च्या हातातली अंगठी काढून त्यानं ती तिला दिली होती. ''हो, तशी एक गोष्ट आहे,'' शकुंतला हर्षभरित होऊन म्हणाली, ''मी आत्ताच ती तुम्हाला दाखवते.''

असं म्हणत असताना तिचं लक्ष स्वत:च्या बोटांकडे गेलं. पण ती अंगठी तिच्या बोटात नव्हतीच. ती जोरात रडत म्हणाली, ''अरे देवा! अंगठी कुठे गेली?''

राजा काहीच न बोलता वाट पाहत राहिला. शकुंतलेनं तर अंगठी सर्वत्र शोधली. पण तिच्या सामानातसुद्धा कुठेच त्या अंगठीचा पत्ता नव्हता.

गौतमी काळजीत पडून म्हणाली, ''तू अंगठी कुठे ठेवलीस ते जरा आठव, शकुंतले!''

"आपण नौकेत बसून प्रवास करत असताना माझ्या हातात ती अंगठी होती. पण त्यानंतरचं काहीच मला आता आठवत नाही," शकुंतला खिन्नपणे म्हणाली. तिचे डोळे पाण्यानं भरले होते.

दरबारात जमलेली मंडळी तिच्याकडे पाहून कुचेष्टेनं हसू लागली. अगतिक होऊन मूकपणे शकुंतला दरबारातून बाहेर पडली. आपण या तरुणीला याआधी कधीही भेटलेलो नाही, अशी दुष्यंताची मनोमन खात्री असूनसुद्धा त्याचं मन विषादानं भरून गेलं.

गौतमी आणि इतर मुनी आश्रमात परत जाण्यासाठी निघाले. पण शकुंतलेनं मात्र राजधानीतच थांबायचं ठरवलं.

अखेर सर्व जण परत गेल्यावर शकुंतला एकटीच विमनस्क अवस्थेत बसून राहिलेली असताना अचानक तिला आपल्या जन्मदात्या आईची व तिच्या वचनाची आठवण झाली. ती मोठ्यांदा रडत आपल्या आईची आळवणी करत म्हणाली, "माते, हे बघ माझ्या नशिबानं मला कुठे आणून सोडलं. आधी माझ्या जन्मदात्या मातापित्यांनी माझा त्याग केला. आणि आता माझा पती माझा स्वीकार करायला तयार नाही. तो तर मला ओळखतही नाही. मी विवाहित आहे, गर्भवती आहे. अशा अवस्थेत अपमानित होऊन मला माझ्या माहेरी परत जायचं नाही. आता केवळ तूच मला मदत करू शकतेस."

शकुंतलेची माता मेनका दिलेल्या वचनाला जागून पृथ्वीतलावर धावून आली. ती शकुंतलेला घेऊन मारिची ऋषींच्या आश्रमात गेली. तिथे शकुंतलेनं एका सुंदर बालकाला जन्म दिला. तिनं त्याचं भरत असं नामकरण केलं.

काही दिवसांनंतर राजा दुष्यंताचा एक सैनिक दरबारात येऊन म्हणाला, "महाराज, बाजारपेठेत आम्ही एका कोळ्याला अटक केली आहे. त्यामुळे नगरात नुसता हलकल्लोळ माजला आहे."

"त्या कोळ्याला माझ्यासमोर हजर करा," राजा दुष्यंतानं हुकूम सोडला.

त्या कोळ्याला सैनिकांनी राजाच्या समोर हजर केलं. त्याची पाचावर धारण बसली होती. तो कापऱ्या आवाजात कसाबसा म्हणाला, "महाराज, मी एक गरीब कोळी आहे. आज सकाळी मी जाळं लावून बसलेलो असताना एक खूप मोठा मासा जाळ्यात सापडला. मी तो घरी नेऊन माझ्या पत्नीला त्याचं कालवण बनवण्यास सांगितलं. तिनं तो मासा चिरताच त्याच्या पोटात मला एक मोठी अंगठी सापडली. मला वाटलं, आपण ही अंगठी जर बाजारात नेऊन विकली, तर चांगला पैसा मिळेल. म्हणून मी ती विकण्यासाठी सोनाराकडे गेलो तर तुमच्या या सैनिकांनी मला अटक केली. पण मला खरंच या अंगठीविषयी काहीच माहिती नाही. एका माशाला पकडल्यामुळे मी इतक्या मोठ्या संकटात सापडेन, याची मला खरंच कल्पना

नव्हती हो. महाराज, मला सोडून द्यावं. मी देवाशप्पथ खरं तेच सांगतो आहे.''

मग ती अंगठी राजापुढे सादर करण्यात आली. हीच अंगठी त्यानं आपल्या पत्नीला, म्हणजेच शकुंतलेला दिली होती. तिचा तो अश्रुपूर्ण करुण चेहरा त्याला आठवला. आपण किती निर्दयपणे तिला परत पाठवून दिलं, हेही त्याला आठवलं. त्या वेळी ती गरोदर असूनही, आपण तिची जरासुद्धा पर्वा केली नाही. उलट आपल्या दरबारातील लोकांनी तिची छी थू केली, या विचारांनी त्याला मनातून फारच खंत वाटू लागली.

त्याला आपल्या वागण्याचा पश्चात्ताप होऊ लागला. त्यानं त्या कोळ्याला बक्षिसी देऊन परत पाठवलं आणि आपल्या सैनिकांना शकुंतलेचा शोध घ्यायला सांगितलं. सैनिकांनी राजधानीच्या कानाकोपऱ्याचा अगदी कसून शोध घेतला, पण शकुंतलेचा थांगपत्ताही त्यांना मिळाला नाही.

इकडे शकुंतलेच्या निगराणीखाली भरत लहानाचा मोठा होत होता. आश्रमाच्या आजूबाजूला असलेल्या रानातील वन्य पशू हेच त्याचे खेळसवंगडी होते.

अशी कित्येक वर्षं लोटली.

एक दिवस देवांचा राजा इंद्र याला असुरांविरुद्धच्या लढाईत राजा दुष्यंताच्या मदतीची गरज भासली. दुष्यंतानं त्याची ती मागणी पूर्ण करून असुरांचा पाडाव केला. इंद्रलोकाहून आपल्या राजधानीत परत जात असताना राजा दुष्यंत वाटेत विश्रांतीसाठी मारिची ऋषींच्या आश्रमामध्ये थांबला.

तिथे त्याला एक विलक्षण दृश्य दिसलं. एक मुलगा एका सिंहाच्या छाव्याशी मजेत खेळत होता. त्या छाव्याला पकडून त्याचा जबडा जबरदस्तीनं उघडून तो त्याचे दात मोजत होता.

'किती शूर आहे हा मुलगा. हा इतका साहसी मुलगा ज्या मातापित्यांच्या पोटी आला आहे, ते किती बरं भाग्यवान असतील!' राजा दुष्यंताच्या मनात आलं, 'खरं तर आपल्या राज्याला हा असा वारस मिळाला, तर किती बरं होईल.'

राजानं इकडेतिकडे पाहिलं. त्याला जमिनीवर काहीतरी चमकदार गोष्ट दिसली. त्यानं ती उचलली. तो एक बाजूबंद होता. त्यानं त्या मुलाला विचारलं, ''हे तुझं आहे का?'' तो मुलगा म्हणाला, ''हो. ते चुकून पडलं असेल.''

अचानक एक तरुण स्त्री पळत तिथे येऊन म्हणाली, ''त्याला स्पर्श करू नका, ते धोकादायक आहे.''

''का बरं? हा तर एक साधा काळा धागा आहे. यात कसला धोका?''

''आमचे गुरू मारिची यांनी हा मंतरलेला धागा याच्या दंडात बांधला आहे. त्याचं संरक्षण करण्यासाठी आहे तो. या मुलाचं नाव आहे भरत. जर त्याचे गुरू किंवा मातापिता यांच्याशिवाय दुसऱ्या कुणाही व्यक्तीनं या बाजूबंदाला स्पर्श केला

तर त्याचं तत्काळ सर्पात रूपांतर होऊन तो सर्प त्या व्यक्तीला दंश करतो. तेव्हा तुम्ही तो बाजूबंद ताबडतोब फेकून द्या,'' ती स्त्री घाबरून म्हणाली.

ते ऐकून राजा दुष्यंतानं केवळ स्मितहास्य केलं, पण तो बाजूबंद मात्र हातात तसाच पकडून ठेवला.

बाहेरून कसले आवाज येत आहेत, ते पाहण्यासाठी शकुंतला कुटीतून बाहेर आली. तेथे राजा दुष्यंताला पाहून ती जागच्या जागी खिळल्यासारखी स्तब्ध उभी राहिली.

दुष्यंताची नजर तिच्यावर पडली. त्याचं मन अपराधी भावनेनं भरून गेलं. शकुंतला मनानं इतकी प्रेमळ आणि कनवाळू स्वभावाची होती; पण त्यानं मात्र तिला केवळ दुःखच दिलं होतं. एके काळी ज्या सुंदर, अल्लड तरुणीच्या तो प्रेमात पडला होता, तीच आता एक प्रौढ मातेच्या स्वरूपात त्याच्यासमोर आली होती. तिनं तिच्या मुलाला एकटीनं वाढवलं होतं. तिचे डोळे बुद्धीच्या तेजानं चमकत होते. तिची नजर अनुभवानं परिपक्व झाली होती. दुष्यंतानं शकुंतलेपुढे नतमस्तक होऊन क्षमायाचना केली.

परंतु एव्हाना जे काही घडून गेलं होतं. ते काय कारणानं घडलं होतं, याची शकुंतलेलाही पूर्ण कल्पना होती. दुष्यंतानं तिला ओळखलं नाही, यात खरं तर त्याचा काहीच दोष नव्हता. त्यामुळे ती आपल्या पतीची समजूत काढत म्हणाली, ''यात क्षमा करण्याजोगं काहीच नाही. जीवनाची यात्रा सुख आणि दुःखं यांनी भरलेली आहे. काही गोष्टी आपल्या हातात नसतात. या अशा प्रकारे आयुष्य घालवणं हेच आपलं प्राक्तन होतं.''

त्यानंतर राजा दुष्यंत सरळ मारिची ऋषींच्या आश्रमात गेला. त्यांच्या परवानगीनं तो आपली पत्नी शकुंतला आणि मुलगा भरत यांना घेऊन घरी आला.

भरत मोठा झाल्यावर अत्यंत शूर व उत्तम शासनकर्ता झाला. त्यानं भारतातील अनेक राज्यांवर स्वारी करून त्यांच्यावर स्वतःचं आधिपत्य स्थापन केलं. त्याला लोक भरत चक्रवर्ती किंवा भरत सार्वभौम अशा नावानं ओळखू लागले. त्यानं अनेक यज्ञयाग केले. अश्वमेध यज्ञ, राजसूय यज्ञ, विश्वजित यज्ञ. खरं तर कोणताही यशवंत सम्राट यांपैकी एखादाच यज्ञ करतो. परंतु वीर भरतानं याही बाबतीत इतर सर्व सम्राटांना मागे टाकलं. त्यानं हजारो अश्वमेध यज्ञ केले. त्यातले १०० यज्ञ त्यानं यमुना नदीच्या काठी संपन्न केले; तर ३०० यज्ञ सरस्वती नदीच्या काठी आणि ४०० यज्ञ गंगा नदीच्या काठी पार पाडले.

पांडव आणि कौरवांचा पूर्वज असलेला हाच तो राजा भरत. आपल्या देशाचं भारत हे नावसुद्धा त्याच्यावरूनच पडलं आहे. आपल्या देशाला भरतवर्ष म्हणजेच राजा भरताची भूमी असंही संबोधण्यात येतं.

राजा भरताला अनेक अपत्ये होती. परतुं तो वयानं वृद्ध झाल्यानंतर त्याच्या एक गोष्ट लक्षात आली. आपल्या या मुलांपैकी एकाचीही आपल्यानंतर राजगादी सांभाळण्याची पात्रता नाही, हे सत्य त्याला कळून चुकलं. त्यानं या बाबतीत अनेक विद्वानांशी, त्याच्या स्वतःच्या मंत्रिमंडळाशी, तसंच स्वतःच्या मुलांशीही चर्चा केली. आपल्या गादीचा वारस हा बलशाली, बुद्धिमान आणि कनवाळू असला पाहिजे याची त्याला जाणीव होती. आपल्या मुलाबाळांपैकी किंवा आप्तेष्टांपैकी कुणीच ही राजगादी सांभाळण्याइतकं समर्थ नाही, हे सत्य त्यानं स्वीकारलं होतं. एखाद्यानं केवळ राजघराण्यात जन्म घेतला आहे, म्हणून त्यानं वारसाहक्कानं राज्यकारभार हाती घेणं योग्य नाही, असं त्याचं मत होतं.

मग आपल्या राजगादीचा वारस होण्यास योग्य व्यक्तीचा राजा भरतानं शोध सुरू केला. त्याला भूमन्यू नावाचा एक तरुण मुलगा सापडला. हा मुलगा जन्मानं राजघराण्यातील नव्हता; परंतु तो राजगादीची जबाबदारी पेलण्यास समर्थ होता. राजा भरतानं सर्व मंत्रिमंडळाची सभा भरवली. आपल्या मुलांकडे एक दृष्टिक्षेप टाकल्यावर पुन्हा त्याला असंच वाटलं, की आपण घेतलेला हा निर्णयच योग्य आहे. त्यानं आत्मविश्वासपूर्वक एक घोषणा केली. ''माझा वारसदार कोण असावा, याविषयी मी खूप विचार केला आहे. मी असा निर्णय घेतला आहे, की मी जेव्हा राजगादीचा त्याग करेन तेव्हा भूमन्यू हाच राज्याची सूत्रं हाती घेईल.''

मग तो भूमन्यूकडे पाहून म्हणाला, ''बाळा इकडे ये. ही राजगादी सांभाळण्यासाठी तूच पात्र आहेस. आता या राज्याचा आणि इथल्या प्रजेचा सांभाळ करण्याची जबाबदारी तुझीच आहे.''

अशा रीतीनं भरतानंतर राज्यकारभाराची धुरा स्वीकारून भूमन्यूनं भरताइतक्याच उत्तम रीतीनं राज्यकारभार केला.

त्यामुळेच भरतवंशामध्ये जन्मानं राजगादीचा अधिकार मिळण्याची पद्धत बंद होऊन पात्रतेच्या व गुणांच्या जोरावर हा अधिकार मिळण्याची प्रथा सुरू झाली; परंतु पुढे मात्र अंध राजा धृतराष्ट्रानं पात्र आणि सुयोग्य शासनकर्ते पांडव यांचा अधिकार डावलून राज्याची धुरा स्वतःच्या सर्वस्वी अपात्र अशा पुत्रांकडे सोपवली.

महाभारतामधील महायुद्ध घडून येण्यापाठीमागे मूळ कारण हेच होतं. धृतराष्ट्रानं महान शासनकर्ता भरत याची दूरदृष्टी झुगारून देऊन मनमानी करण्यास सुरुवात केल्याचाच हा परिणाम होता.

हिंदू धर्मामध्ये आठ प्रकारचे विवाह वर्णन करून सांगितले आहेत. शकुंतला आणि दुष्यंत यांनी गांधर्व विवाह केला. गांधर्व विवाह याचा अर्थ विवाहाचे कोणतेही धार्मिक विधी पार न पाडता दोन प्रेमिकांनी

केलेला विवाह. आणखी एक विवाहप्रकार म्हणजे स्वयंवर. यामध्ये अनेक विवाहोत्सुक तरुणांमधून उपवर मुलगी स्वत:च्या पसंतीचा वर निवडून त्याच्याशी विवाह करते. या प्रकारात कधीतरी वधूपिता एखादा पण लावतो. तो पण जो जिंकेल, त्या तरुणाशी तिचा विवाह होतो. अशाच प्रकारे द्रौपदी स्वयंवराच्या वेळी अर्जुनाने पण जिंकून द्रौपदीचा पत्नी म्हणून स्वीकार केला होता. आणखी एक विवाहप्रकार म्हणजे वैदिक विवाह. यामध्ये वधूपिता, वरपिता आणि इतर आप्तेष्टांच्या संमतीने, देवाब्राह्मणांच्या साक्षीने, वैदिक विधीपूर्वक दोघांचा विवाह संपन्न होतो. याशिवाय राक्षसविवाह या प्रकारात वर हा वधूचं अपहरण करून तिच्याशी विवाहबद्ध होतो. कधीकधी हा विवाह वधूच्या मर्जीशिवायसुद्धा होतो.

◆

वेदांचे विभाजन

सत्यवती ही दशराजा नावाच्या कोळ्याची मुलगी होती. ती खूप सुंदर होती. तिच्या देहाला नेहमी माशाचा सुगंध येत असल्यामुळे तिला मत्स्यगंधा या नावानेसुद्धा ओळखण्यात येत असे. ती रोज आपल्या नौकेतून प्रवाशांची यमुनेच्या एका तीरावरून दुसऱ्या तीरावर वाहतूक करत असे.

एक दिवस पराशर मुनी तिच्याकडे आले. सत्यवतीने आपल्या नौकेतून पलीकडच्या तीरावर न्यावं, अशी त्यांनी विनंती केली. तिनं ते मान्य केलं. दोघं नौकेतून निघाले.

नदीच्या प्रवाहाच्या मध्यभागी पोहोचताच पराशर मुनींना समोरच एक बेट दिसलं. ते पाहताच त्या बेटावर काही काळ थांबण्याचं त्यांनी ठरवलं. "मी काही दिवस या बेटावर वास्तव्य करणार आहे," असं त्यांनी तिला सांगितलं.

सत्यवतीची नौका त्या बेटाच्या किनाऱ्याला लागली. पराशर आणि सत्यवती बेटावर उतरताच त्यांनी तिच्यासमोर आपलं प्रेम व्यक्त केलं, आणि तिला त्या बेटावर आपल्यासोबत राहण्याची विनंती केली. सत्यवतीसुद्धा पराशर मुनींच्या तेवढीच प्रेमात पडलेली असल्यामुळे ती त्या विनंतीचा अव्हेर करू शकली नाही. ते दोघं त्या बेटावर मुक्काम करून राहिले. काही काळानंतर त्यांना एक मुलगा झाला. तो रंगाने सावळा आणि अत्यंत देखणा होता, त्याचप्रमाणे त्याचा जन्म त्या बेटावर झालेला असल्यामुळे त्याचं नामकरण कृष्णद्वैपायन असं करण्यात आलं.

असा बराच काळ लोटला. एक दिवस पराशर मुनींनी ते बेट सोडून घनदाट अरण्यात जाऊन तपश्चर्या करण्याचं ठरवलं. परंतु आपला मुलगा मोठा झाल्यावर तो ज्ञान आणि वेदविद्यासंपन्न व्हावा, अशी त्यांची इच्छा होती. ते सत्यवतीचा निरोप घेत असताना म्हणाले, "आपला मुलगा शिकण्यायोग्य वयाचा झाला की मी परत येऊन माझ्याजवळचं सर्व ज्ञान त्याला देईन."

सत्यवतीने होकार देऊन त्यांना समाधानाने निरोप दिला. जाण्यापूर्वी पराशर मुनींनी सत्यवतीला आशीर्वाद दिला. ते म्हणाले, "तुला खूप नाव आणि कीर्ती मिळेल. तुझा सुगंध सर्वदूर पसरेल. लोक तुला योजनगंधा म्हणून ओळखू लागतील."

कृष्णद्वैपायन मोठा झाल्यावर तो आपल्या वडिलांपाशी जाऊन राहिला आणि त्यांच्या हाताखाली शिक्षण घेऊन तो वेदविद्यासंपन्न झाला. तो मोठा झाल्यावर त्यानेही आपल्या वडिलांप्रमाणे ऋषी होण्याचा आपला निर्धार सत्यवतीपाशी व्यक्त केला. तो तिला म्हणाला, "माते, मी एका फार मोठ्या ध्येयाचा पाठपुरावा करण्यासाठी तुला सोडून जात असलो, तरी एक गोष्ट तू कायम लक्षात ठेव. तू कधीही कोणत्याही संकटात सापडलीस, की माझं स्मरण कर. मी तुझ्या मदतीला धावून येईन."

त्यानंतर कृष्णद्वैपायनानं वेदांचा अत्यंत खोलवर अभ्यास केला आणि त्यानं वेदांचं लेखन करताना सामवेद, ऋग्वेद, यजुर्वेद असं विभाजन केलं. पुढे त्यात अथर्ववेदाचाही समावेश करण्यात आला. अशा रीतीनं पुढील काळात कृष्णद्वैपायन यास लोक वेदव्यास म्हणून ओळखू लागले. (वेदव्यास याचा अर्थ वेदांचं विभाजन करणारा.)

वेदव्यासांना त्यांच्या मातेनं अनेकदा बोलावून घेतलं. वेदव्यासांनी प्रत्यक्ष युद्धात कधीही सहभाग घेतला नाही. तरीही त्यांना महाभारतात अत्यंत महत्त्व प्राप्त झालं. हस्तिनापूरच्या राजगादीसाठी वारस निर्माण करण्याची जबाबदारी सत्यवतीनं वेदव्यासांवर सोपवली. त्यांनी आपल्या मातेच्या आज्ञेचा मान राखला. त्यांना तीन वेगवेगळ्या स्त्रियांपासून तीन पुत्र झाले. धृतराष्ट्र (शंभर कौरवांचा पिता), पंडू (पाच पांडवांचा पिता) आणि विदूर.

वेदव्यासांनी पुढे जबाली मुनींची कन्या वाटिका हिच्याशी विवाह केला. त्यांना पुढे एक पुत्र झाला. त्याचं नाव शुक. या शुकानं वेदव्यासांचा आध्यात्मिक वारसा पुढे चालवला. त्याचप्रमाणे त्यानं महाभारत सामान्य जनांना उपलब्ध करून दिलं.

असं म्हणतात की वेदव्यासांनी महाभारत लिहून काढण्याच्या कामी श्रीगणेशाला पाचारण केलं होतं.

श्रीगणेशानं त्यांना मदत करण्याचं मान्य तर केलं; पण त्यानं त्यासाठी एक अट घातली. वेदव्यासांनी संपूर्ण महाभारत अखंडितपणे कथन केलं, तरच आपण ते लिहून काढू, असं त्यांनी सांगितलं.

त्यावर वेदव्यासही जराशा रागानंच म्हणाले, "ठीक आहे. परंतु प्रत्येक श्लोक लिहून काढण्याआधी तुला तो पूर्ण समजला असला पाहिजे."

श्रीगणेशांनी मान हलवून स्मितहास्य केलं.

वेदव्यास ऋषींनी महाभारताचं त्याचबरोबर अनेक उपनिषदं, अठरा पुराणांचं

कथन एकामागोमाग एक सुरू केलं. श्रीगणेशानंही अत्यंत मन:पूर्वक ते सर्व ज्ञान आत्मसात करून लिहून काढण्यास सुरुवात केली. त्यामुळेच श्रीगणेशाला आपण बुद्धिदेवता म्हणून ओळखतो.

असं म्हणतात की पंजाबमधील बियास या नदीचं नाव वेदव्यास ऋषींच्या नावावरूनच पडलेलं आहे. वेदव्यासांचं भारतीय संस्कृतीमध्ये जे महत्त्वपूर्ण योगदान आहे, त्याचा गौरव करण्यासाठीच हे नामकरण करण्यात आलं असावं.

◆

शापित देवता

फार वर्षांपूर्वी मांडव्य नावाचे एक ऋषी होऊन गेले. त्यांनी मौनव्रत धारण केलं होतं. ते घनदाट अरण्यात वास्तव्य करून राहत होते. तिथे कोणाचाही उपद्रव होणार नाही आणि आपल्याला शांततेनं तप करता येईल, या उद्देशानं ते तिथे राहत होते.

एक दिवस राजाचा खजिना लुटून ती लूट बरोबर घेऊन चार चोर अरण्यात शिरले आणि लपण्यासाठी जागा शोधू लागले. मांडव्य ऋषींचा आश्रम दिसताच ते आश्रमात शिरून लपून बसले. जरा वेळात त्यांच्या मागावर असलेले राजाचे शिपाई तिथे आले. ते मांडव्य ऋषींना म्हणाले, "मुनिवर, तुमच्या आश्रमात चोर शिरत असलेले तुम्ही पाहिलेत का?"

मुनींचं मौनव्रत असल्यामुळे ते काही प्रतिक्रिया न देता शांत बसून राहिले.

शिपायांचा नाइलाज झाला. त्यांनी आश्रमात चोरांचा शोध घेण्यास सुरुवात केली. जरा वेळात त्यांना चोरही सापडले आणि खजिन्यातून लुटून आणलेलं धन, जडजवाहीरही सापडलं.

मांडव्य मुनींच्या मौनव्रतामुळे राजाच्या शिपायांचा मोठाच गैरसमज झाला. ते मुनींना साधूच्या वेषातील चोरच समजले. त्यांनी चोरांबरोबर त्यांनाही पकडून राजासमोर उभं केलं.

आपल्या खजिन्यावर भर दिवसा अशा प्रकारचा दरोडा पडल्यामुळे राजा अतिशय संतप्त झालेला असल्याने त्यानं घडल्या प्रकाराची नीट चौकशीसुद्धा केली नाही. उलट त्यानं सर्वच्या सर्व चोरांना सुळावर चढवण्याची शिक्षा ठोठावली. त्यानं मांडव्य मुनींनासुद्धा चोर समजून हीच शिक्षा ठोठावली.

राजाच्या शिपायांनी राजाची आज्ञा पाळून सर्वांना ताबडतोब सुळावर चढवलं. जे खरोखरचे चोर होते, ते चौघं तत्काळ गतप्राण झाले. मांडव्य मुनी मात्र त्यांच्या

अंगच्या योगसामर्थ्यामुळे जिवंत राहिले.

राजाला जेव्हा ही गोष्ट समजली तेव्हा त्याला आपल्या कृत्याचा पश्चात्ताप झाला. मुनींना काळजीपूर्वक सुळावरून खाली उतरवण्यात आलं. राजा मुनींच्या पायावर लोटांगण घालून म्हणाला, "मुनिवर, माझ्या हातून फार मोठी चूक झाली आहे. मला कृपया क्षमा करा."

मांडव्य ऋषी इतके कनवाळू होते, की त्यांनी राजाला मोठ्या मनाने क्षमा करून टाकली.

राजानं त्यांना ताबडतोब राजवैद्यांकडे नेलं. राजवैद्यांनी ऋषींच्या अंगात घुसलेले जवळपास सर्व खिळे व्यवस्थित बाहेर काढले. परंतु एक खिळा मात्र त्यांच्या शरीरात तसाच राहिला. त्या दिवसापासून मांडव्य ऋषींना अनिमांडव्य असं नाव पडलं. ('अनि' या शब्दाचा अर्थ अतिशय लहान खिळा असा आहे.)

त्या एका खिळ्याने ऋषींना अनन्वित वेदना होऊ लागल्या. त्या सहन न झाल्याने त्यांनी मृत्युदेवतेची म्हणजेच यमराजाची आराधना केली, "हे यमराज, मला या वेदना का सहन कराव्या लागत आहेत? मी असं कोणतं पाप केलेलं आहे, ज्याची ही शिक्षा मला भोगावी लागत आहे?"

त्यावर यमराज म्हणाले, "तुम्ही या जन्मात कोणतंही पातक केलं नसलं तरी पूर्वजन्मात तुमच्या हातून जे वाईट कृत्य घडलेलं आहे, त्याचा हा परिणाम आहे. पूर्वजन्मात तुम्ही फुलपाखरांच्या शरीरात काटे टोचून त्यांचा छळ केलात, त्या पापाची शिक्षा तुम्हाला या जन्मी भोगावी लागत आहे."

"पण मला तर माझ्या पूर्वजन्मातलं काहीच आठवत नाही. हे दुष्कृत्य मी नेमकं काय वयाचा असताना केलं?" ऋषी म्हणाले.

त्यावर यमराज म्हणाले, "तुम्ही लहानपणी ते केलं."

ते ऐकून अनिमांडव्य ऋषी संतप्त झाले. ते म्हणाले, "एखाद्या लहान बालकाच्या हातून जेव्हा असं काही कृत्य घडतं, तेव्हा ते मनात कुठलाही दुष्ट हेतू बाळगून किंवा मुद्दाम केलेलं नसतं. तो अपराध त्याच्या हातून अजाणतेपणे घडलेला असल्यामुळे, त्याला क्षमा करायची असते. तुम्ही तर साक्षात यमधर्म आहात. एखाद्या व्यक्तीच्या हातून घडलेल्या गुन्ह्याला साजेल एवढीच शिक्षा तुम्ही ठोठावायला हवी. माझ्या हातून पूर्वजन्मी, बाल्यावस्थेत नकळत जी चूक घडली, त्यापेक्षा कितीतरी पटीनं जास्त शिक्षा तुम्ही मला ठोठावलीत. त्यामुळे मी एक मानव तुम्हाला आज शाप देत आहे. तुम्हाला स्वत:ला धर्माचं कितीही मोठं ज्ञान असलं, तरीही तुम्ही स्वत: अशा काही चमत्कारिक, कठीण अशा परिस्थितीत सापडाल, ज्यावर तुमचा काहीही उपाय चालणार नाही."

आता यावर आपण काहीच करू शकत नाही, हा शाप तर आपल्याला

झेलावाच लागणार, हे यमधर्माला कळून चुकलं. त्यामुळे यमधर्माने व्यासांचा पुत्र विदुर म्हणून जन्म घेतला. विदुर हा त्याच्या धर्मज्ञानाविषयी प्रसिद्ध होता. आपला भाऊ राजा धृतराष्ट्र आणि त्याचा मुलगा दुर्योधन यांना नीतिमत्तेचे आणि सदाचरणाचे पाठ त्यानं दिले. योग्य काय, अयोग्य काय, धर्माने वागणं म्हणजे काय हे शिकवण्याचा खूप प्रयत्न केला. पण तरीही त्यांनी विदुराच्या बोलण्याकडे साफ दुर्लक्ष केलं आणि त्याची परिणती महाभारतातील घनघोर युद्धात झाली.

◆

अर्जुनाची विविध नावे

पाच पांडवांमधील अर्जुन हा तिसऱ्या क्रमांकाचा भाऊ होता. तो एक अत्यंत बुद्धिमान व निष्णात धर्नुधारी होता, साहसी योद्धा होता आणि भीष्माचार्यांचा लाडका होता. भीष्माचार्य स्वत: अजेय योद्धा होते आणि ते कौरव व पांडव यांचे चुलत आजोबा होते.

अगदी बालपणापासूनच अर्जुन धनुर्विद्येत पारंगत होता. या विद्येत त्याचा हात कुणीच धरू शकत नसे. कौरव आणि पांडवांपैकी कुणीच त्याचा तुल्यबळ नव्हता. गुरुवर्य द्रोणाचार्य यांचा तो सर्वांत आवडता शिष्य होता. त्याच्यावर त्यांचं खूप प्रेम होतं. त्यामुळे कधीकधी द्रोणाचार्यांच्या इतर शिष्यांना अर्जुनाविषयी असूया वाटत असे.

एकदा एका वादळी रात्री गुरुकुलातील सर्व दीपज्योती वाऱ्याच्या झोतामुळे मालवल्या. स्वयंपाकघरात कसला तरी आवाज झाल्यामुळे अर्जुनाला दचकून जाग आली. तो स्वयंपाकघरात गेला. त्याला आपल्या भावासारखी– भीमासारखी एक आकृती अंधारात खाद्यपदार्थांचे बकाणे भरताना दिसली. तो म्हणाला, "भीमा, इथे तर केवढा अंधार आहे. डोळ्यांत बोट घातलं तरी दिसणार नाही. या अंधारात तू जेवणावर ताव कसा बरं मारतो आहेस? तुला हे कसं जमतं?"

त्यावर भीम म्हणाला, "हे बघ, तू जर एखाद्या गोष्टीवर मेहनत घेतलीस. त्याचा पुरेसा सराव केलास, तर ती कधीही, केव्हाही आणि कुठेही जमते. मी सतत जेवणाचा सराव करतो त्यामुळे दिवस असो वा रात्र, त्यामुळे मला काहीच फरक पडत नाही. मला ते जमते."

भीमाच्या बोलण्यात फार मोठं तथ्य असल्याचं अर्जुनाला जाणवलं. त्या दिवसापासून त्यानं धनुर्विद्येचा अत्यंत एकाग्रतेनं अभ्यास करण्यास सुरुवात केली. अखेर तो अंधारातही अचूक बाण मारून लक्ष्याचा वेध घेण्यात पारंगत झाला. त्यानं

दोन्ही हातांनी प्रत्यंचा ओढून बाण मारण्याचा सराव केला त्यामुळेच त्याला 'सव्यसाची' असंही नाव पडलं.

अर्जुनाच्या अंगच्या विविध गुणवैशिष्ट्यांमुळे त्याला अनेक नावांनी ओळखण्यात येऊ लागलं.

त्याचा जन्म उत्तरा फाल्गुनी नक्षत्रामधील असल्यामुळे त्याला 'फाल्गुन' नाव पडलं.

त्यानं अनेक लढाया जिंकून अनेकदा शत्रूंचा पाडाव केलेला असल्यामुळे लोक त्याला 'जिष्णु' असं म्हणत. युद्धकाळात त्याच्या नुसत्या नामोल्लेखानं शत्रू चळाचळा कापत असे म्हणून त्याचा उल्लेख 'विजय' आणि 'विभात्सु' असाही होत असे.

अर्जुनाला लोक 'पार्थ' आणि 'कौंतेय' याही नावांनी ओळखत असत; याचं कारण तो पृथेचा पुत्र होता. (या पृथेलाच पुढे कुंती या नावानं सर्व जण ओळखू लागले.) पृथा ही यदुवंशातील वसुदेवाची बहीण होती. पृथेच्या वडिलांचा चुलतभाऊ राजा कुंतिभोज हा निपुत्रिक होता, त्यामुळे ती लहान असतानाच तिच्या वडिलांनी तिला या राजा कुंतिभोजास दत्तक दिले. यानंतरच तिचं कुंती असं नामकरण करण्यात आलं.

अर्जुनाचा 'किरीटी' असाही उल्लेख होतो, कारण तो देवांचा राजा इंद्र यानं दिलेला मुकुट धारण करत असे. त्याचा घोडा पांढराशुभ्र असल्यानं त्याचं नाव 'श्वेतवाहन' असं पडलं होतं. त्याचे केस काळेभोर व घनदाट असल्यानं त्याचं नाव 'गुडाकेश' पडलं.

त्याचप्रमाणे राजसूय यज्ञ करून त्यानं प्रचंड धनसंपत्ती जमा केल्यामुळे त्याला लोक 'धनंजय' असंही म्हणू लागले.

अर्जुनाचं व्यक्तिमत्त्व इतकं बहुआयामी होतं, की त्याच्याकडे पाहून प्रजेला त्याचे पूर्वज भरत राजा यांचा भास होत असे. त्यामुळे ते अर्जुनाला 'भरत' असंही संबोधत.

आणखी एका कथेनुसार अर्जुनाला त्याच्या पूर्वजन्मात 'नर' असं म्हणत असत. बद्रिनाथ या तीर्थक्षेत्री (सध्याच्या उत्तराखंड प्रांतात) धर्म आणि मूर्तिदेवी या दाम्पत्याला दोन मुलं झाली. त्यांची नावं नर आणि नारायण. त्या काळी तेथे सहस्त्रकवच नावाचा एक राक्षस राहत असे. त्याच्यापाशी एक हजार अस्त्रं होती, त्यामुळे त्याचा कुणीच पाडाव करू शकत नसे. लोकांची अशी समजूत होती, की त्याच्या जवळच्या त्या हजार अस्त्रांपैकी एक एक अस्त्राचा विनाश करण्यासाठी एक हजार वर्षं तपश्चर्या केलेल्या व्यक्तीला त्या राक्षसाशी अखंडितपणे एक हजार वर्षं युद्ध करावं लागलं असतं. परंतु आजवर ज्या कुणी योद्ध्यांनी त्याच्याशी लढण्याचा प्रयत्न केला होता ते सर्व जण त्याच्या हजार अस्त्रांपैकी केवळ एक अस्त्र नष्ट

केल्यावर तत्काळ मृत्युमुखी पडले होते. आधी नरानं तप केलं आणि सहस्रकवचाशी एक हजार वर्षं सातत्यानं युद्ध केलं. पण त्या राक्षसाचं एक अस्त्र नष्ट करताच नर मृत्युमुखी पडला. तत्काळ त्याची जागा नारायणानं घेतली आणि ते युद्ध चालूच ठेवलं. इकडे नराचा पुनर्जन्म होऊन त्यानं पुन्हा तप केलं आणि सहस्रकवचाचा पाडाव करण्यासाठी ईश्वराकडे शक्ती मागितली. अशा रीतीनं नर आणि नारायण या दोघांनी आळीपाळीनं युद्ध करून त्या सहस्रकवचाची एक एक करत सगळी अस्त्रं नष्ट करून टाकली. अखेर केवळ एकच अस्त्र शिल्लक उरलं. प्रत्येक अस्त्र जसजसं नष्ट होत होतं, तसतशा सहस्रकवचाच्या अंगच्या दुष्प्रवृत्तीसुद्धा नष्ट होत चालल्या होत्या. अखेर त्याच्या अंगी फारशा दुष्प्रवृत्ती शिल्लक उरल्या नाहीत. परंतु आपल्या एका अस्त्रानिशी तो राक्षस निसटून पळून गेला. असं म्हणतात, की हाच राक्षस पुढे कर्ण म्हणून जन्माला आला. अखेर अर्जुन आणि कृष्ण या नर आणि नारायणाच्या अवतारांनी कुरुक्षेत्री त्याचा वध केला.

◆

ऋषींनी घेतलेला सूड

पांचाल देशाचा राजपुत्र द्रुपद याला भारद्वाज मुनींच्या गुरुकुलात शिक्षण घेण्यासाठी पाठवण्यात आलं. तिथे भारद्वाज मुनींचा पुत्र द्रोण याच्याशी त्याची गाठ पडली. द्रोणाचा धनुर्विद्येत कुणीच हात धरू शकत नसे. काही दिवसांतच द्रुपद आणि द्रोण यांची घट्ट मैत्री झाली. खरं तर या दोघांच्या घरच्या परिस्थितीत फारच तफावत होती. ते दोघं एकत्र अभ्यास करत, जेवायला एकत्र बसत, विविध खेळही एकत्र खेळत आणि दिवसातला शक्य तेवढा वेळ एकमेकांच्या सहवासात घालवत.

असा खूप काळ गेला. दोघं बघता बघता मोठे झाले. दोघांचे मार्ग भिन्न झाले.

"मित्रा," द्रुपद आपला मित्र द्रोण याला म्हणाला, "कधी ना कधी तरी पांचाल देशाच्या राजगादीची धुरा मला उचलावीच लागणार. राजा होणं हेच माझ्या नशिबात लिहिलं आहे. मी आता तुझ्यापासून दूर जात आहे; पण एक गोष्ट नेहमी लक्षात ठेव. तुला कधीही माझी गरज भासेल, तेव्हा तत्काळ माझ्याकडे ये. माझ्या राज्यातलं अर्धं राज्य तुझंच आहे, असं समज. हे माझं वचन आहे."

द्रोण विमनस्कपणे बसून राहिला. गुरुकुल सोडून जायचं, आपल्या मित्रापासून दूर जायचं या कल्पनेनं त्याला फार दु:ख झालं होतं.

द्रोण अत्यंत प्रखर बुद्धिमान असला तरी त्याची आर्थिक परिस्थिती खूप हलाखीची होती. त्यानं अध्यापन करून पैसे मिळवून आपला संसार चालवण्याचा खूप प्रयत्न केला. पण तरीही त्याच्या स्थितीत फारशी सुधारणा झालीच नाही. काही दिवसांनी त्याचा कृपाचार्य ऋषींची मुलगी कृपी हिच्याशी विवाह झाला. त्यांना अश्वत्थामा नावाचा मुलगाही झाला. त्याच्या जन्मानंतरसुद्धा त्यांच्या घरचं दारिद्र्य काही संपुष्टात आलं नाही.

एक दिवस लहानग्या अश्वत्थामानं दूध पिण्याचा हट्ट धरला. शेवटी त्याच्या आईनं तांदळाची पिठी पाण्यात कालवून त्याला दूध म्हणून प्यायला दिली. अश्वत्थामा

एक घोट घेऊन म्हणाला, "पण आई, याची चव तर वेगळीच लागते आहे." पण ते दूधच आहे अशी त्याची समजूत काढून त्याच्या आईनं त्याला ते प्यायलाच लावलं.

द्रोण हे सर्व पाहत उभा होता. त्याला हे सहन होईना. त्याला खूप हताश, निराश वाटू लागलं. त्याला स्वत:चाच राग आला. 'मी माझ्या मुलाला वाटीभर दूधसुद्धा देऊ शकत नाही. असला कसला पिता आहे मी?' तो मनाशी म्हणाला. अखेर तो पांचाल देशाची राजधानी अहिछत्र नगरीकडे निघाला.

नगरात शिरण्याआधी द्वारपालांनी त्याला अडवल्यावर त्यानं आपण राजा द्रुपदाचे मित्र असून त्याला भेटण्यासाठी आलो असल्याचं सांगितलं.

एव्हाना राजा द्रुपद हासुद्धा पूर्वीसारखा सरळ, साधा राहिलेला नव्हता. त्याला जगरहाटी पूर्णपणे ठाऊक झालेली होती. त्यानं द्रोणाला दरबारात भेटायला बोलावून तर घेतलं. पण आपण या आपल्या मित्राला अर्ध राज्य देण्याचं कबूल करून बसलो आहोत, या गोष्टीची त्याला आठवण झाली. तो मनातून खूपच अस्वस्थ झाला. 'आता या द्रोणानं खरोखरच आपल्याकडे अर्ध राज्य मागितलं तर काय?' या विचारानं त्याला काही सुचेना.

जरा वेळात द्रोण द्रुपदाकडे आला. तो प्रवासानं शिणलेला होता, भुकेला होता. त्याचे कपडे मळले होते. त्याला वाटलं होतं, इतक्या दिवसांनी भेटल्यावर आपला मित्र द्रुपद आपल्याला जवळ घेईल, मिठी मारेल, आपली विचारपूस करेल; परंतु द्रोणाला समोर पाहून द्रुपद आपल्या सिंहासनावरून उठलासुद्धा नाही. द्रोण तोंड उघडून काही बोलणार इतक्यात द्रुपद म्हणाला, "मित्रा, लहान असताना मी पोरकटपणे, जराही विचार न करता तुला एक वचन दिलं होतं. पण अरे, दोन व्यक्ती जेव्हा एका पातळीवर असतात, तेव्हाच त्यांच्यातील मैत्री टिकू शकते. आज मी राजा आहे तर तू एक गरीब सामान्य माणूस आहेस. तेव्हा तुझी पातळी सोडून कुठलीही मागणी माझ्याकडे करू नको."

त्याचे शब्द ऐकून द्रोण अपमानित झाला. तो म्हणाला, "मी इथे कशासाठी आलो आहे, हे तुला विचारावसंसुद्धा वाटलं नाही. मी तर इथे माझ्या मुलाच्या दुधासाठी एक गाय मागायला आलो होतो; पण तू जे म्हणालास ते खरंच आहे– तुझी आणि माझी पातळी एक नाही. माझी विद्या तुझ्याकडे असलेल्या विद्येपेक्षा कित्येक पटींनी जास्त आहे. शिवाय आता आपल्यातली ती जुनी मैत्री शिल्लकसुद्धा नाही. त्यामुळे मी जे मागण्यासाठी इथे आलो होतो, त्याचीही मला आता गरज उरली नाही. त्यामुळे आता मी जेव्हा तुझं अर्ध राज्य मिळवेन, तेव्हाच आपली पुन्हा मैत्री होईल. मी तुझा आत्ता निरोप घेतो."

असं म्हणून द्रोण पाठ फिरवून तिथून निघून गेला.

तो घरी जात असताना तिथे काही मुलं चेंडू खेळत असलेली त्याला दिसली.

तो त्या मुलांच्या जवळून जात असताना अचानक त्यांचा चेंडू विहिरीत पडला. तो बाहेर कसा काढावा या विवंचनेत मुलं नुसती घोळका करून उभी होती.

त्यांच्याकडे बघून द्रोण उपहासानं म्हणाला, "तुम्ही सर्व मुलं तर राजघराण्यातील दिसता. मग हा चेंडू धनुर्विद्येच्या साहाय्यानं वर कसा काढायचा, हे तुमच्या गुरूंनी तुम्हाला शिकवलं नाही वाटतं?"

ते ऐकून ती मुलं गप्प झाली. द्रोणानं स्वतःच्या धनुर्विद्येचा वापर करून तो चेंडू वर काढून दिला. त्या मुलांपैकी एक मुलगा मंत्रमुग्ध होऊन द्रोणाच्या कौशल्याकडे बघत होता. त्याला या विद्येची अधिक माहिती करून घ्यायची होती.

मुलं धावतच राजवाड्यात परत गेली. त्यांनी घडलेली सर्व हकिकत आपले आजोबा भीष्म पितामह यांना सांगितली. द्रोणाच्या धनुर्विद्येमुळे मंत्रमुग्ध झालेला लहान मुलगा म्हणजे अर्थातच अर्जुन.

हा अनोळखी माणूस खरोखरच फार मोठा असला पाहिजे, असं भीष्माचार्यांना कळून चुकलं. त्यांनी ताबडतोब चौकशी सुरू केली. गावाबाहेर स्वतःच्या आश्रमात राहत असलेल्या द्रोणाला ते भेटायला गेले. आपली नातवंडे कौरव आणि पांडव यांना त्यांनी शिकवावं अशी प्रार्थना केली. अशा रीतीने द्रोण म्हणजेच कौरव आणि पांडवांचे गुरू द्रोणाचार्य झाले.

असे दिवस चालले होते. आता कौरव आणि पांडवांबरोबर द्रोणाचार्यांचा मुलगा अश्वत्थामा हासुद्धा शिक्षण घेत होता.

मुलं मोठी झाली. त्यांचं शिक्षण संपलं. भीष्माचार्यांनी द्रोणाचार्यांना अपार धनसंपत्ती दिली होती. परंतु द्रोणाचार्यांच्या मनातला जुना सल कायम होता. ते आपले शिष्य कौरव आणि पांडव यांच्याकडे वळून म्हणाले, "मला वेगळ्या प्रकारची गुरुदक्षिणा हवी आहे. तुम्ही पांचालदेशी जाऊन तेथील राजा द्रुपद याचा पाडाव करा. त्याला रथाला बांधून फरपटत माझ्या आश्रमात घेऊन या. तेवढं तुम्ही केलंत, की माझी गुरुदक्षिणा मला मिळाली, असं मी समजेन."

त्यावर कौरव म्हणाले, "गुरुजी हे तर आम्ही कौरवच करू. आम्ही पांडवांना आमच्या सोबत घेऊन जाणार नाही. आमच्या यशात आम्हाला कुणीही वाटेकरी नको आहे."

त्यावर द्रोणाचार्यांनी स्मितहास्य करून त्यांना संमती दिली.

कौरव पांचालदेशी लढाईसाठी गेले. ते स्वतःचं प्रचंड सैन्य बरोबर घेऊन गेले. परंतु द्रुपद हा काही लेचापेचा नव्हता. कौरव त्याला हरवू शकले नाहीत.

ही बातमी द्रोणाचार्यांना कळताच ते मोठ्या आशेनं पांडवांकडे वळून म्हणाले, "आता माझी इच्छा फक्त तुम्हीच पूर्ण करू शकता. तुम्ही कामगिरी पार पाडून या."

"गुरुजी, मी तुमचा शब्द खाली पडू देणार नाही. मी तुमची इच्छा नक्की पूर्ण करीन," अर्जुन आत्मविश्वासानं म्हणाला.

द्रुपदाचा पाच पांडवांच्या शौर्यापुढे काहीही टिकाव लागला नाही. अखेर अर्जुनानं त्याला पकडून एका रथाला बांधून फरपटत गुरू द्रोणाचार्यांसमोर आणून उभं केलं.

द्रोणाचार्यांनी आपल्या शिष्यांची प्रशंसा करून त्यांना जायला सांगितलं.

अर्जुन आणि इतर पांडव परत गेल्यावर द्रोणाचार्यांनी द्रुपदाचे दोरखंड सोडून त्याला एका आसनावर बसण्याची विनंती केली. ते म्हणाले, "द्रुपदा, मित्रा, बस."

परंतु खाली मान घालून उभ्या असलेल्या द्रुपदानं त्यांच्या बोलण्याकडे लक्ष दिलं नाही.

"मला माहीत आहे. तू असा माझ्या विद्यार्थ्यांकडून पराभूत होऊन अपमानित अवस्थेत इथे आला आहेस. त्यामुळे तुला बसावंसं वाटत नसेल, याची मला कल्पना आहे. आता तुझ्या व माझ्या पातळीत बराच फरक असला, तरीही मी तुझा आदर करतो. तू माझ्याशी जसा वागलास, तसा काही मी तुझ्याशी वागू इच्छित नाही. त्यामुळे मी तुझ्या पांचाल देशाची दोन भागांत विभागणी करीन. तू तुझ्या वाटणीचं अर्धं राज्य आणि राजधानी अहिछत्र परत घे. मी राहिलेलं अर्धं राज्य ठेवून घेईन आणि कांपिल्य ही माझी राजधानी असेल. तू आता एक राजा म्हणून सन्मानपूर्वक माझ्या रथातून परत जा."

द्रुपदाला काही बोलायला तोंडच नव्हतं. तो मुकाट्यानं स्वत:च्या जे काही पदरी पडलं होतं, त्याचा स्वीकार करून निघून गेला. द्रोणाचार्यांनी त्याला ज्या पद्धतीनं वागवलं होतं, त्याबद्दल तो संतप्त झाला होता. त्याला एखाद्या वन्य श्वापदाप्रमाणे रथाला बांधून द्रोणाचार्यांसमोर हजर करण्यात आलं होतं. द्रोणाचार्यांनी त्याचं स्वत:चं अर्धं राज्य भिक्षा घातल्याप्रमाणे त्याला परत दिलं होतं.

'द्रोण माझ्याशी असं वागू शकला ते फक्त त्याचा शिष्य अर्जुन याच्या जिवावर. त्याला अर्जुनाचं पाठबळ होतं. मला मात्र कुणाचंच पाठबळ नव्हतं,' त्याच्या मनात विचार आला.

परंतु द्रुपदाला अर्जुनाचा मात्र राग आला नव्हता. अर्जुनाचं युद्धकौशल्य आणि त्याची निस्सीम गुरुभक्ती याविषयी त्याला आदर वाटत होता. 'मला जर एखादी मुलगी असती तर मी तिचा विवाह नक्की या अर्जुनाशी लावून दिला असता,' तो स्वत:शी म्हणाला.

त्याच्या मनात परत द्रोणाविषयीचे विचार घोळू लागले. 'मला एखादा मुलगा पाहिजे. या द्रोणाचा मृत्यू त्याच्या हातून घडला पाहिजे,' अशी त्यानं मनोमन इच्छा केली.

मग हीच तीव्र इच्छा मनात धरून द्रुपदानं कठोर तपश्चर्या करण्यास सुरुवात केली. त्यानं असा एक मुलगा आणि एक मुलगी प्राप्त व्हावी म्हणून यज्ञ केला. यज्ञ परिपूर्ण होताच यज्ञपुरुष प्रकट होऊन द्रुपदाला म्हणाला, ''बोल, तुझी इच्छा काय आहे?''

त्यावर द्रुपद म्हणाला, ''मला दोन अपत्यं हवी आहेत; परंतु त्या दोघांनीही तारुण्यात पदार्पण केलेलं असावं, अशी माझी इच्छा आहे. मी जन्मदात्या पित्यापमाणेच त्यांचा सांभाळ करीन. पण मला एक मुलगा आणि एक मुलगी या क्षणीच हवी आहे.''

त्यावर एक बलशाली तरुण योद्धा सर्व शस्त्रास्त्रांनिशी त्या यज्ञातून बाहेर पडला. द्रुपदानं त्याचं नाव दृष्टद्युम्न असं ठेवलं. त्याच्या पाठोपाठ एक सावळी, सुंदर तरुणीही या यज्ञातून बाहेर आली. द्रुपदानं तिचं नाव स्वत:च्या नावावरून द्रौपदी असं ठेवलं. द्रुपदानं त्या दोन्ही मुलांना पोटाशी धरलं.

नियतीच्या संकेतानुसार पुढे द्रौपदीचा अर्जुनाशी विवाह झाला, त्याचप्रमाणे महाभारतातील घनघोर युद्धाच्या पंधराव्या दिवशी दृष्टद्युम्नानं द्रोणाचार्यांचा वध केला.

अशा रीतीनं एका आश्रमात सुरू झालेल्या बालपणीच्या निर्व्याज मैत्रीची अशी शोकांतिका झाली. राजवैभवापोटी माणसाच्या मनात उत्पन्न झालेल्या अहंगंडापायीच अशा गोष्टी घडत असतात.

◆

अग्निदेवतेचे भक्ष्य

कौरव आणि पांडव या भावंडांमध्ये अगदी बालपणापासूनच वैमनस्य होतं. ते मोठे झाल्यावर ते वैमनस्य वाढतच गेलं. त्यांच्यात पडलेली ही दरी पाहून भीष्म पितामहांना असं वाटू लागलं, की कौरव आणि पांडव या दोघांमध्ये राज्याची समसमान वाटणी केलेलीच बरी.

हस्तिनापुराचा अंध राजा धृतराष्ट्र हा कौरवांचा पिता होता. त्यानं या गोष्टीला मंजुरी दिली. त्यानं घोषणा केली, "हस्तिनापुरावर कौरव राज्य करतील तर यमुना नदीच्या पलीकडे असलेल्या खांडवप्रस्थावर पांडव राज्य करतील."

अर्थातच ही राज्याची विभागणी अजिबात न्याय्य नव्हती. खांडवप्रस्थ हा भाग म्हणजे नुसतं अरण्य होतं. तेथे मानवी वस्ती वा संस्कृती नव्हती. परंतु पांडवांनी मात्र विनातक्रार ही विभागणी मान्य केली.

पांडव खांडवप्रस्थाला जाऊन पोहोचले. तिथलं वन्य श्वापदांनी भरलेलं अरण्य पाहून ते जरा हताश झाले. या ठिकाणी आपण कसं काय राज्य करणार, असं त्यांना वाटलं. परंतु श्रीकृष्ण हा त्यांचा सखा होता. तो म्हणाला, "ही तुमच्यापुढे आलेली संधी आहे, असं समजा. तुम्ही तुमच्या मनाप्रमाणे, तुमच्या तत्त्वानुसार एक नवं राज्य निर्माण करा."

पांडवांनी कृष्णाच्या मदतीनं अरण्यातील एक भाग साफ करून त्या जागी 'इंद्रप्रस्थ' या आपल्या राजधानीची स्थापना केली. त्यांच्या मागोमाग त्यांची प्रजा आपण होऊन तिकडे राहायला गेली.

एकदा एक म्हातारा माणूस अर्जुनाला आणि कृष्णाला भेटायला आला. त्या माणसाचं शरीर चमकत होतं. श्रीकृष्णाला त्याच्या डोळ्यांत तेज स्पष्ट दिसलं. तो माणूस म्हणाला, "मी फार भुकेला आहे. मी कुठेही आणि कितीही खाल्लं, तरी माझ्या पोटातली भूक शांतच होत नाही. तुम्ही मला मदत कराल का?"

त्यावर अर्जुन म्हणाला, “जो कुणी माझ्याकडे मदत मागायला येईल, त्याची मागणी जर रास्त असेल तर मी ती निश्चित पूर्ण करीन. मी तशी प्रतिज्ञाच केलेली आहे. तेव्हा तुम्हाला काय खायचंय, ते मला सांगा. तुम्हाला ते मिळावं म्हणून मी जास्तीत जास्त प्रयत्न करीन.”

त्याचे हे शब्द ऐकताच त्या म्हाताऱ्यानं रूप पालटलं आणि तो स्वत:च्या मूळ रूपात प्रकट झाला. तो अग्निदेव होता. तो म्हणाला, “मी जर काहीतरी जाळून राख केलं, तरच आता माझी क्षुधा शांत होईल. हे खांडव अरण्य भस्मसात करण्याची माझी इच्छा आहे. परंतु सर्पांचा राजा व इंद्राचा मित्र असलेला तक्षक त्या अरण्यात त्याच्या मित्रांसोबत राहत आहे. मी कधीही ते अरण्य जाळायला निघालो, की इंद्रदेव तेथे अतिवृष्टी करून माझे प्रयत्न सफल होऊ देत नाही; पण आता मला ही भूक सहन होत नाही. मी जेव्हा खांडव अरण्य जाळून खाक करेन, तेव्हा तुम्ही माझं रक्षण कराल का?”

तो अशी काही मागणी करेल अशी अर्जुनानं अपेक्षाच केली नव्हती. तो आश्चर्यानं म्हणाला, “पण तुम्हाला हे खांडव अरण्य भस्मसात का करायचं आहे?”

“कुणीही कधीही यज्ञ केला, की त्यात जी काही आहुती दिली जाते, ती मला ग्रहण करावीच लागते. तुमच्या राजधानीत इतके लोक रोज यज्ञयाग करत असतात. त्यातल्या आहुती भक्षण करून करून माझ्या पोटाला विकार जडला आहे. या अरण्यातील औषधी वनस्पतींचं भक्षण केल्यावर माझा हा आजार बरा होईल.”

“मी तुम्हाला मदत करीन,” अर्जुन म्हणाला, “मी अरण्याच्या एका बाजूला धनुष्यबाण घेऊन उभा राहीन आणि दुसऱ्या बाजूचं रक्षण श्रीकृष्ण करेल. आम्हा दोघांकडेही अशी अस्त्रं आहेत, ज्यामुळे पाऊस अरण्यापर्यंत पोहोचू शकणार नाही. पण मला दोन गोष्टी लागतील. माझ्या मनोवेगाने धावू शकणारा रथ मला लागेल आणि कृष्णालासुद्धा काही अस्त्रं लागतील. तुम्ही जर त्याची व्यवस्था करू शकलात, तर आम्ही लगेच कामाला लागू.”

“तशा प्रकारचा रथ माझ्याकडे आहेच. तो तुम्ही घेऊ शकता. माझा मित्र वरुण याच्याकडे एक विलक्षण सामर्थ्यवान असं धनुष्य आहे. त्या धनुष्याचं नाव ‘गांडीव धनुष्य’. तेही मी तुम्हाला देतो. हे धनुष्य स्वर्गातील गांडीववृक्षाच्या फांदीपासून साक्षात ब्रह्मदेवांनी बनवलेलं आहे. आणि श्रीकृष्णाकडे तर सुदर्शन चक्र आहेच.”

मग अग्निदेवानं शुद्ध सोन्याचा रथ अर्जुनाला दिला. त्याला पांढरे घोडे जोडलेले होते. कृष्णाकडे कौमोदकी नावाची गदासुद्धा होती.

ठरलेल्या दिवशी अग्निदेव कृष्ण आणि अर्जुनाला बरोबर घेऊन अरण्याच्या एका बाजूला जाऊन पोहोचले. अग्नीनं अरण्य भस्मसात करायला सुरुवात केली.

ज्वाळा उंच उंच उठू लागल्या. त्यांनी बघता बघता गगनाला गवसणी घातली. अर्जुन आणि कृष्ण अग्नीचं संरक्षण करण्यासाठी सज्ज होतेच. ही बातमी इंद्रदेवांपर्यंत जाऊन पोहोचताच त्यांना तक्षक व त्याच्या कुटुंबीयांची काळजी वाटू लागली. तक्षक त्या वेळी वनात नव्हता, पण त्याचे कुटुंबीय त्या वणव्यात अडकले असण्याची शक्यता होती.

इंद्रानं वादळी मेघांना निमंत्रण दिलं आणि वनावर अतिवृष्टी करण्याची आज्ञा केली; परंतु पावसाला सुरुवात होण्याआधीच अर्जुनानं गांडीव धनुष्याचा वापर करून अवघ्या रानावर बाणांचं छप्पर उभं केलं. त्यामुळे पावसाचा एक थेंबसुद्धा आत शिरू शकला नाही. त्यामुळे संतप्त झालेला इंद्र आपल्या मित्रांसह पृथ्वीवर अवतरला. ते मित्र होते : धनसंपत्तीचा देव कुबेर, पर्जन्याची देवता वरुण आणि मृत्युदेवता यम.

मग त्या सर्वांचं घनघोर युद्ध झालं. एका बाजूला अर्जुन आणि श्रीकृष्ण, तर दुसऱ्या बाजूला या सर्व देवता. अर्थात या लढाईत श्रीकृष्ण व अर्जुनाची सरशी होऊ लागली. ही लढाई चालू असताना तक्षकाचा मुलगा अवसेन यानं आपल्या आईच्या मदतीनं रानातून पळ काढला. अर्जुनाला ही गोष्ट समजताच त्यानं संतप्त होऊन तक्षकाच्या पत्नीचा वध केला.

ही लढाई अशीच कितीतरी काळ चालूच राहिली. ती संपुष्टात येण्याचं काहीच चिन्ह दिसेना. अखेर आकाशवाणी झाली, "इंद्रा, तू खूप प्रयत्न केलेस. परंतु कृष्ण आणि अर्जुन यांचा पराभव तू करू शकत नाहीस, या सत्याचा आता स्वीकार कर."

अखेर इंद्रानं माघार घेतली आणि अग्नीपासून रानाचं संरक्षण करण्याचे सगळे प्रयत्न थांबवून तो आपल्या मित्रांसोबत स्वर्गलोकी परत गेला.

या वणव्यात सुप्रसिद्ध वास्तुशास्त्रतज्ज्ञ मयासुर हासुद्धा अडकला होता. तो पळून जाण्याचा प्रयत्न करत असताना श्रीकृष्णानं त्याला पाहिलं आणि आपलं सुदर्शन चक्र त्याच्यावर सोडलं. त्यामुळे घाबरून जाऊन मयासुरानं अर्जुनापाशी अभय मागितलं. मग कृष्णानं त्याला जीवदान दिलं.

अखेर त्या संपूर्ण अरण्याची राखरांगोळी झाल्यावर अग्नी तृप्त झाला आणि सर्व संहार थांबवून तो आपल्या म्हाताऱ्याच्या रूपात परत आला. तो कृष्ण व अर्जुनापाशी येऊन म्हणाला, "मी तुमचे आभार कोणत्या शब्दांत मानू? तुम्ही तर देवांनासुद्धा हरवलंत. मी लढण्यासाठी तुम्हाला जी काही शस्त्रं दिली होती, ती आता तुमची झाली. एक गोष्ट नेहमीच लक्षात ठेवा. इथून पुढे केव्हाही तुम्हाला माझी मदत लागली, तर मी नेहमीच धावून येईन."

त्या दिवसापासून लोक अर्जुनाला 'गांडीवी' म्हणूनही ओळखू लागले. तोच रथ, तेच अश्व आणि ते गांडीव धनुष्य पुढे महाभारतातील कौरव-पांडव युद्धाच्या वेळी अर्जुनानं वापरलं.

इकडे आपल्या कुटुंबाची वाताहत झाल्याची बातमी तक्षकाच्या कानावर पडली. त्यानं संतप्त होऊन त्या गोष्टीचा सूड घेण्याची प्रतिज्ञा केली.

अर्जुनानं मयासुराला अभय दिल्यामुळे त्याचे प्राण वाचले होते. त्यामुळे त्यानं अर्जुनाला सांगितलं, "मी तुमच्यासाठी एक अद्‌भुतरम्य असा राजवाडा बनवून देईन. तो संपूर्ण जगात एकमेवाद्वितीय असेल."

दिलेल्या शब्दाला जागून मयासुरानं इंद्रप्रस्थामध्ये एक अत्यंत सुंदर आणि विलक्षण चमत्कृतींनी भरलेला राजवाडा बांधला. तो राजवाडा पूर्ण झाल्यावर पांडवांनी राजसूय यज्ञ करून आपल्या सर्व नातेवाइकांना आपलं ते नवीन घर पाहण्यासाठी निमंत्रण दिलं.

तो अप्रतिम सुंदर राजवाडा पाहताच दुर्योधनाची मती फिरली. त्यानं विचार केला, 'माझ्या वडिलांना व्यवहार काहीच समजत नाही. त्यांना दृष्टी तर नाहीच, पण त्यांच्याकडे विचारशक्तीचाही अभावच आहे. त्यांनी जुनंपुराणं हस्तिनापूर गाव आमच्या पदरात टाकलं आणि खांडववनाची ही सुंदर भूमी पांडवांना देऊन टाकली. आज त्यांनी इथे केवढी संपन्न नगरी बनवली आहे. आणि आता त्यांचा हा राजवाडासुद्धा किती अद्‌भुतरम्य आहे.'

दुर्योधनाला पांडवांविषयी वाटणारी असूया लपवता येत नव्हती. शिवाय त्याला पांडवांच्या नवीन निवासस्थानाविषयी वाटणारी उत्सुकताही स्वस्थ बसू देईना. मग त्या राजवाड्याचा कानाकोपरा हिंडून पाहायचा, असं त्यानं ठरवलं. राजवाड्याच्या एका सज्जामध्ये भीम आणि द्रौपदी उभे होते. दुर्योधन सर्वत्र हिंडून राजवाडा निरखून बघत असताना द्रौपदी त्याचं बारकाईनं निरीक्षण करत होती.

दुर्योधन राजवाड्यासमोरच्या प्रांगणातून जात असताना त्याला वाटेत पाणी पसरलेलं दिसलं. त्यामुळे त्यानं आपलं वस्त्र भिजू नये यासाठी वर उचलून धरत त्या पाण्यात पाऊल टाकलं. बघतो तर काय, तिथे पाणीच नव्हतं. ते केवळ मृगजळ होतं. एका खिडकीबाहेर त्याला सुंदर फुलं फुललेली दिसली. त्या फुलांचा वास घेण्यासाठी तो त्या ताटव्याच्या जवळ जाऊ लागला. पण जवळ पोहोचताच फुलांचा ताटवा अदृश्य झाला. शेजारीच एक सुंदर कोरीव काम केलेलं प्रवेशद्वार होतं. ते उघडं आहे असं पाहून तो त्यातून आत जाण्याचा प्रयत्न करू लागला तेव्हा त्याचं डोकं दारावर आपटलं. खरं तर ते द्वार नसून ती एक भिंत होती. जरा वेळात तो एका दालनात आला. दालनाच्या मधोमध एक अप्रतिम सुंदर गालिचा अंथरलेला होता. त्यावर पानाफुलांची नक्षी होती. दुर्योधनानं त्या गालिच्यावर पाय टाकताच तो दाणकन पाण्यात आपटला, कारण तो एक जलाशय होता.

मयासुर हा फार मोठा वास्तुशास्त्रतज्ज्ञ असून त्यानं त्या राजवाड्यात अशी काही आभासात्मक चमत्कृतीपूर्ण दृश्यं निर्माण केली होती.

दुर्योधनाची फजिती पाहून द्रौपदी आणि भीम या दोघांनाही हसू फुटलं. ते एकमेकांना मोठ्याने म्हणाले, "बिचारा! आंधळ्याचा पुत्रही आंधळाच!"

दुर्दैवानं हे त्यांचं बोलणं दुर्योधनाच्या कानावर पडलं. या द्रौपदीला चांगलाच धडा शिकवण्याचं त्यानं ठरवलं. त्याच उद्देशानं त्यानं पांडवांना द्यूत खेळण्याचं निमंत्रण दिलं. त्या खेळाची परिणती दुर्योधन आणि दुःशासनानं द्रौपदीचं वस्त्रहरण करण्यात झाली. त्यातूनच कुरुक्षेत्रावर कौरव आणि पांडवांमध्ये फार मोठं युद्ध घडून आलं.

थोडक्यात काय तर मयासुरानं बांधून दिलेल्या राजवाड्यानं पांडवांना कधीच खरं सुख दिलं नाही. लोक असंही मानतात, की खांडववनाची राखरांगोळी करण्याच्या कामी अर्जुनानं अग्निदेवाला जी मदत केली, त्याचा सूड मयासुरानं अशा प्रकारे घेतला.

◆

मंतरलेले पात्र

पांडव वनवासात राहत असताना अनेक लोक त्यांच्या भेटीला येत असत– मोठमोठे ऋषिमुनी आणि राजेरजवाड्यांपासून थेट सामान्यातल्या सामान्य माणसांचा त्यांच्या घरी राबता होता. त्या वनवासाच्या काळात पांडवांची स्थिती अत्यंत हलाखीची होती.

द्रौपदी जेव्हा इंद्रप्रस्थाची महाराणी होती, तेव्हासुद्धा पांडवांकडे अतिथींची खूप वर्दळ असे. त्यांचं आदरातिथ्य करण्यात, त्यांना खाऊपिऊ घालण्यात तिला खूप आनंद होत असे. द्रौपदी तिच्या या आतिथ्यशील व दानशूर स्वभावासाठी प्रसिद्ध होती.

परंतु या वनवासात, इतक्या दारिद्र्यात जीवन कंठत असताना, अरण्यात आपल्या पर्णकुटीत राहत असताना आल्यागेल्याचं स्वागत पूर्वीसारखं थाटामाटात करणं तिला शक्य नव्हतं. मग युधिष्ठिरानं तिच्यासाठी सूर्यदेवाची प्रार्थना केली. सूर्यदेव प्रसन्न झाले. ते युधिष्ठिराच्या हाती एक पात्र देऊन म्हणाले, "हे अक्षयपात्र आहे. यातून तुम्हाला जेवढं अन्न लागेल तेवढं निर्माण होईल. फक्त एकच अट आहे. एकदा घरातल्या बाईनं सर्वांना जेवूखाऊ घालून स्वत: भोजन करून झाल्यावर हे अक्षयपात्र धुऊन ठेवलं, की त्यानंतर दुसरा दिवस उजाडेपर्यंत या पात्रातून आणखी अन्न निर्माण होऊ शकणार नाही."

द्रौपदीला ते अक्षयपात्र मिळताच खूप आनंद झाला. तिनं ती अट आनंदानं मान्य केली. आता रोज घरी कितीही पाहुणे आले, तरी तिला चिंता करावी लागत नसे. अक्षयपात्रातून विविध प्रकारचे रुचकर खाद्यपदार्थ मोठ्या प्रमाणावर बनवणं आता तिला सहज शक्य होतं.

काही दिवसांतच वनवासात राहणाऱ्या पांडवांच्या आतिथ्यशीलतेची वार्ता हस्तिनापूरला जाऊन पोहोचली.

दुर्योधनाला एक विचार सतावू लागला, "हे दरिद्री पांडव वनवासात राहूनसुद्धा

त्यांच्या घरी आल्यागेल्याचं स्वागत कसं काय करतात? अतिथींना इतकं स्वादिष्ट आणि पोटभर अन्न खायला घालणं त्यांना कसं काय जमतं?'' मग कुणीतरी त्याला द्रौपदीकडे असलेल्या अक्षयपात्राविषयी सांगितलं. ते ऐकताच त्याचा मत्सरी स्वभाव उफाळून उठला.

त्यानं आपल्या दुष्ट स्वभावाच्या शकुनी मामांपाशी हा विषय काढताच शकुनी मामांनी त्याला एक उपाय सुचवला. काही दिवसांत दुर्वास मुनी आपल्या शिष्यांचा लवाजमा घेऊन हस्तिनापुरात आले असता शकुनी मामाच्या सल्ल्यानुसार दुर्योधनानं आपल्या राजप्रासादात त्यांना निमंत्रित करून अत्यंत थाटामाटात त्यांचं स्वागत केलं. त्यानं त्यांच्या स्वागतासाठी मोठ्या मोजवानीचं आयोजन केलं. हे दुर्वास मुनी त्यांच्या अत्यंत तापट स्वभावासाठी प्रसिद्ध होते.

परंतु दुर्योधनाच्या आतिथ्यशीलतेमुळे प्रसन्न होऊन ते म्हणाले, ''हे दुर्योधना, तू आमचं जे स्वागत केलंस, त्यामुळे मी आनंदित झालो आहे. तुला जे काही हवं, ते माझ्याकडे माग. तुला ते मिळेल.''

त्यावर दुर्योधन अत्यंत आदरपूर्वक व नम्रपणे म्हणाला, ''मुनिवर तुम्ही माझ्या घरी पायधूळ झाडलीत, याबद्दल मी तुमचा ऋणी आहे. पण माझी फक्त एकच इच्छा आहे. तुमचा पाहुणचार करण्याची संधी माझ्या चुलत भावंडांना, म्हणजेच पांडवांनासुद्धा लाभावी अशी माझी इच्छा आहे. तर तुम्ही कृपया अरण्यातील त्यांच्या पर्णकुटीत जाऊन त्यांच्या आतिथ्यशीलतेचा लाभ घ्याल का? फक्त एकच अडचण आहे. त्यांच्याकडे स्वयंपाकी नाही. त्यामुळे दुपारच्या जेवणासाठी तुम्ही फार लवकर न जाता जरा उशिरानं जावं, म्हणजे पांडवांना सर्व भोजनव्यवस्था अगदी व्यवस्थित करता येईल.''

पांडवांना दुर्वासांच्या एवढ्या मोठ्या लवाजम्याची भोजनव्यवस्था करणं शक्यच होणार नाही, अशी शकुनी मामा आणि दुर्योधनाची खात्री होती. पांडव घरी आलेल्या कुणालाच विन्मुख पाठवत नाहीत, ते प्रत्येक अतिथीला जेवूखाऊ घालतात वगैरे काही तितकंसं खरं नसणार, लोकसुद्धा जरा चढवून वाढवूनच सांगतात, असं त्या दोघांना मनोमन वाटत होतं. द्रौपदीचं जेवण झाल्यानंतर जर दुर्वास मुनी तिथे जाऊन पोहोचले, तर त्यांना ती भोजनाला निमंत्रित करूच शकणार नाही, कारण घरात काहीच अन्न शिल्लक नसेल, याची त्या दोघांना जवळजवळ खात्रीच होती. तसं झालं तर दुर्वास मुनी संतप्त होऊन पांडवांना शाप देणार, यात तर काही शंकाच नव्हती. मामा आणि भाचे स्वतःच आखलेल्या या कपट कारस्थानावर खूश होते.

दुर्वास मुनींना मात्र या सर्व गोष्टींची काहीच कल्पना नव्हती. त्यांनी हसून या प्रस्तावाला मान्यता दिली. त्यानंतर त्यांनी आपल्या शिष्यांसह अरण्यात प्रस्थान केलं.

दुर्वास मुनी आणि त्यांचे शिष्य दुर्योधनाच्या सूचनेनुसार दुपारी जरा उशिराच पांडवांच्या घरी जाऊन पोहोचले. ते पांडवांना म्हणाले, ''तुमचा चुलतभाऊ दुर्योधन फारच चांगला आहे. त्यानं मुद्दाम तुम्हाला आशीर्वाद देण्यासाठी मला तुमच्या घरी पाठवलं आहे.''

दुर्वास मुनींच्या सोबत मोठ्या संख्येनं आलेल्या त्यांच्या शिष्यांकडे नजर पडताच पांडवांच्या पोटात भीतीचा गोळा आला.

''मी आणि माझे शिष्य आधी नदीवर जाऊन स्नान करून येतो, मगच आम्ही भोजनास बसू,'' दुर्वास मुनी म्हणाले.

ते निघून जाताच युधिष्ठिर स्वयंपाकघरात आला. द्रौपदीनं स्वत: भोजन करून नंतर ते अक्षयपात्र स्वच्छ धुऊन तर ठेवलं नसेल ना, याची त्याला काळजी होती. आणि तसंच झालं होतं. तिचं भोजन झालेलं होतं. तिनं अक्षयपात्र धुऊन ठेवलं होतं.

तो म्हणाला, ''द्रौपदी, दुर्वास मुनी आणि त्यांचे बरेच शिष्य आपल्या घरी आले आहेत. आत्ता ते सगळे नदीवर स्नानासाठी गेले आहेत. पण परत येऊन ते सर्व जण भोजन करणार आहेत. आता काय करायचं? आपण जर त्यांच्या भोजनाची व्यवस्था करू शकलो नाही, तर ते आपल्याला नक्कीच शाप देतील. शिवाय आपल्या घरी जो कुणी अतिथी येईल त्याला जेवू घालणं, हे तर आपलं कर्तव्यच आहे.''

द्रौपदीनं असहायपणे त्याच्याकडे पाहिलं.

भीम म्हणाला, ''हे नक्कीच त्या दुर्योधनाचं कारस्थान आहे. नाहीतर मुनिवर या अशा वेळी कशाला आपल्याकडे भोजनासाठी येतील?''

सर्व जण एकत्र जमले. सर्व जण विचारात मग्न झाले. पण काय करावं, हे कुणालाच सुचत नव्हतं.

कृष्ण तर नेहमीच संकटसमयी द्रौपदीच्या मदतीला धावून येत असे. मग तिनं हात जोडून श्रीकृष्णाचा धावा सुरू केला, ''कृष्णदेवा, माझ्या भाऊराया, मला मदत कर. मला आत्ता तुझी गरज आहे.''

अचानक पांडवांना दरवाज्यात घोड्यांच्या टापांचा आवाज आला. कृष्ण दारात आला होता. द्रौपदी म्हणाली, ''हे बंधू, तू आलास? मी आत्ता तुझाच धावा करत होते.''

कृष्ण हसून म्हणाला, ''मी जवळून जात होतो, तर तुझी हाक कानावर आली. मला कुणीही कधीही हाक मारली, की मी हजर होतो. भगिनी, मला सांग बरं, तुझी काय समस्या आहे?''

मग द्रौपदीनं त्याला सर्व हकिकत सांगितली.

श्रीकृष्णाच्या चेहऱ्यावर हसू उमटलं. तो म्हणाला, ''काळजी करू नको. मी

आहे ना. पण मी खूप लांबचा प्रवास करून आलो आहे. तेव्हा आधी मला जेवायला घाल.''

त्यावर द्रौपदी व्याकूळ होऊन म्हणाली, ''कृष्णा, अरे अक्षयपात्राचं वैशिष्ट्य तर तुला माहीतच आहे.''

''पण मी माझ्या बहिणीच्या घरी आलो आहे, आणि उपाशी राहू? हे शक्यच नाही. जा बरं, ते अक्षयपात्र घेऊन ये,'' कृष्ण म्हणाला.

द्रौपदीनं त्याच्या सांगण्याप्रमाणे ते अक्षयपात्र आणलं. फक्त ते काही रिकामं नव्हतं. त्याच्या तळाशी भाताचं एक शीत चिकटलेलं होतं.

''अगं द्रौपदी, किती भोळी आहेस तू!'' कृष्ण हसून म्हणाला, ''हे बघ, तळाशी भाताचं शीत आहे ना. माझी क्षुधा शांत करायला तेवढं पुरेसं आहे.''

ते भाताचं शीत खाऊन कृष्णानं भरपेट जेवण झाल्याप्रमाणे मोठ्ठी ढेकर दिली.

''द्रौपदी आता तू दुर्वास मुनी आणि त्यांच्या शिष्यांच्या भोजनाचा प्रबंध व्यवस्थित करू शकशील,'' असं म्हणून कृष्ण निघून गेला.

इकडे दुर्वास आणि त्यांचे शिष्य स्नान करून नदीच्या पात्रातून बाहेर पडले. आश्चर्याची गोष्ट अशी, की ते सर्व जण भोजन करून तृप्त झाल्यासारखी ढेकर देऊ लागले. एक शिष्य म्हणाला, ''गुरुजी, आमचं सर्वांचंच पोट फार भरलं आहे. आणखी अन्नग्रहण करणं आम्हाला तर शक्यच होणार नाही. सर्व पांडव स्वभावानं अत्यंत दानशूर आणि आतिथ्यशील आहेत. त्यांच्या घरी जाऊन जर आपण काहीच खाल्लं नाही, तर त्यांना फार दुःख होईल. तेव्हा मला वाटतं, आपण त्यांच्या घरी जाऊच नये.''

''मलासुद्धा अगदी असंच वाटतं,'' दुर्वास मुनी म्हणाले, ''मी त्यांना इथूनच आशीर्वाद देतो आणि आपण निघू.''

अशा प्रकारे दुर्वास मुनी आणि त्यांचे शिष्य नदीवरून भोजनासाठी पांडवांकडे परत गेलेच नाहीत. दुर्योधनाचा बेत धुळीला मिळाला.

ज्या दिवशी सूर्यदेवानं पांडवांना पात्र दिलं, तो दिवस आपल्याकडे आजही 'अक्षय तृतीया' म्हणून साजरा केला जातो. साधारणपणे एप्रिल किंवा मे महिन्यात सुगीच्या दिवसांत अक्षय तृतीया येते. हा दिवस अत्यंत शुभ मानला जातो. या दिवशी खरेदी केलेल्या गोष्टींचं मूल्य वाढत जातं, असं लोक मानतात. त्यामुळे अनेक लोक या दिवशी सुवर्णखरेदी करतात.

◆

इंद्रद्युम्नाचा वारसा

पांडव वनवासात असताना एक दिवस अत्यंत धर्मनिष्ठ असलेले ऋषी मार्कंडेय हे त्यांच्या भेटीला आले.

पांडवांवर ओढवलेल्या परिस्थितीबद्दल त्यांच्याशी बोलत असताना त्यांची समजूत काढत ते म्हणाले, "मी तुम्हाला इंद्रद्युम्नाविषयी सांगतो. त्याची कहाणी ऐकल्यावर तुम्हाला आयुष्य नीट समजून घेण्यास मदत होईल.

"भरत आणि त्याची पत्नी सुनंदा यांचा पुत्र म्हणजेच राजा इंद्रद्युम्न. हा राजा नेहमी यज्ञयाग करत असे. धनधान्य आणि गाईगुरे इत्यादी गोष्टींचा दानधर्म करून तो गोरगरिबांना मदत करत असे. त्यानं आपल्या हयातीत अशी भरपूर पुण्यकर्मं करून खूप पुण्य जमा केल्यामुळे मृत्यूनंतर तो स्वर्गात गेला. तो स्वर्गलोकी कित्येक वर्षं राहिला. हळूहळू त्याच्या खात्यात जमा असलेलं पुण्य संपुष्टात येऊ लागलं. एक दिवस त्याच्या लक्षात आलं, की आता त्याच्याकडे फारच थोडं पुण्य शिल्लक होतं. त्यामुळे तो फार दुःखी झाला. त्याचा तो उतरलेला चेहरा पाहून इंद्रदेव त्याला म्हणाले, "राजा, तू पुन्हा पृथ्वीवर परत जा आणि तिथे तू हयात असताना केलेलं एखादं तरी पुण्यकर्म ज्या व्यक्तीच्या अजूनही स्मरणात आहे, अशी व्यक्ती मला दाखव. तू अशा प्रकारचा एक जरी प्राणिमात्र मला दाखवून देऊ शकलास, तरी तुला इथून पुढेही असंच स्वर्गात राहायला मिळेल. त्याचं कारण असं, की कोणत्याही माणसानं जिवंतपणी कितीही पुण्य केलेलं असलं, तरी त्या आधारे त्याला काही कायमस्वरूपी स्वर्गात राहता येत नाही. हा इथला नियमच आहे."

"त्यामुळे इंद्रद्युम्न पृथ्वीवर परत आला. आपण हयात असताना इतकी पुण्याची कामं केलेली आहेत, की लोक आपल्याला नक्कीच ओळखतील आणि आपण काय काय पुण्यकर्मं केली होती, हे त्यांना नक्कीच आठवेल, अशी त्याची खात्री होती.

"पृथ्वीवर परत आल्यावर इंद्रद्युम्नाला भेटलेली पहिली व्यक्ती म्हणजे मी. मी भगवान शंकराच्या मदतीने मृत्युदेवाला पराभूत केलं असून मी गेली कित्येक वर्षं पृथ्वीतलावर वास्तव्य करून आहे, हे इंद्रद्युम्नाला माहीत होतं.

'महर्षी मार्कंडेया, तुम्हाला मी केलेली पुण्यकर्मं आठवतात का,' इंद्रद्युम्न म्हणाला, 'मी राजा इंद्रद्युम्न.'

'अरे, मला माफ कर. पण तू कोण आहेस, हे काही मला आठवत नाही. मी बराचसा काळ तपश्चर्येत, वेदपठणात किंवा तीर्थयात्रा करण्यात व्यतीत करीत असतो. परंतु हिमालय पर्वतात एक घुबड राहतं. ते तर माझ्यापेक्षाही वयोवृद्ध आहे. कदाचित ते तुला ओळखत असेल. माझ्याबरोबर चल. मी तुला त्याच्याकडे घेऊन जातो,' मी त्याला म्हणालो.

इंद्रद्युम्नाला ते पटलं आणि आम्ही दोघं हिमालयात त्या घुबडाकडे गेलो.

'मी इंद्रद्युम्न,' राजानं त्या घुबडाला सांगितलं, 'तू या पृथ्वीवर वास्तव्य करणारा सर्वांत वयोवृद्ध आहेस ना. मग मला वाटतं, तू मला नक्की मदत करू शकशील. तुला मी आठवतो का?'

'मी नाही तुला ओळखत,' घुबड म्हणालं, 'कदाचित माझ्या जन्माच्याही खूप आधी तू या पृथ्वीतलावर राहत असशील. पण तू निराश होऊ नको. इथून जवळच एक सरोवर आहे. तिथे एक महाकाय सारसपक्षी राहतो. तो तर वयाने माझ्यापेक्षाही मोठा आहे. कदाचित तू कोण आहेस ते त्याला माहीत असेल. चल, आपण त्याच्याकडे जाऊ.'

"मग आम्ही तिघंही त्या सरोवरापाशी गेलो. पण त्या सारसपक्ष्यालासुद्धा इंद्रद्युम्न कोण ते ठाऊक नव्हतं. तो म्हणाला, 'माझा एक वयोवृद्ध मित्र आहे. कासवांचा राजा आहे. त्याला कदाचित तू आठवशील. तो तर माझ्या आईवडिलांच्या काळापासून या पृथ्वीवर राहत आहे.'

"मग आम्ही चौघं त्या कासवाला भेटायला गेलो. त्या कासवानं जेव्हा इंद्रद्युम्नाला पाहिलं, तेव्हा त्याच्या डोळ्यांत अश्रू उभे राहिले. राजा इंद्रद्युम्नासमोर लोटांगण घालत कासव म्हणालं, 'हे इंद्रद्युम्ना, मी माझ्या आजोबांकडून तुझ्याविषयी खूप ऐकलं आहे. तुझी भेट झाली, हे माझं भाग्यच. तुझ्या काळात तुझ्या दानशूरतेबद्दल तू खूप प्रसिद्ध होतास. तू लक्षावधी गाईगुरं दानधर्मात लोकांना देऊन टाकलीस, असं माझ्या आजोबांनी मला सांगितलं. त्या गाईगुरांचे कळप इकडून तिकडे जात असताना त्यांच्या खुरांचा खड्डा पडून त्यातूनच इथे हे तळं बनलेलं आहे. त्यामुळेच या तळ्याला तुझं नाव पडलं आहे – इंद्रद्युम्न तळं.'

"त्याबरोबर स्वर्गातून इंद्रदेवांनी तत्काळ रथ पाठवून इंद्रद्युम्नाला स्वर्गलोकी बोलावून घेतलं.

"आपल्या अंगच्या दानशूरपणामुळेच आपण खऱ्या अर्थाने महान ठरलो, ही गोष्ट राजा इंद्रद्युम्नाला कळून चुकली. काही काळानंतर त्या तळ्यातील पाण्यासाठी अनेक कासवं तिथे वस्ती करून राहिली आणि त्या जागी कासवांची मोठी वसाहत तयार झाली. इंद्रद्युम्नाच्या पुण्यकर्मामुळे त्यांना हे शक्य झालं."

एवढं बोलून मार्कंडेय मुनींनी त्यांची कहाणी संपवली.

आजही पुरीच्या जवळ हे इंद्रद्युम्न तळं आहे. अजूनही त्या तळ्यात कासवांच्या वसाहती आहेत. दरवर्षी ऋषिकुल्य नदीच्या मुखाशी असंख्य कासवं जमा होऊन अंडी घालतात व काही काळानंतर त्यातून कासवांची प्रजा जन्माला येऊन वाढीस लागते. 'ऑलिव्ह रिडले' नावाच्या जातीच्या कासवांची जगातील फार मोठ्या प्रमाणावरची पैदास याच ठिकाणी होते. या इंद्रद्युम्नाच्या कथेत ज्या कासवांचा उल्लेख आहे, त्याच कासवांच्या या पुढच्या पिढ्या आहेत.

◆

यक्षप्रश्न

पांडव वनवासात राहत असताना एक दिवस एक माणूस त्यांना भेटायला आला, "युधिष्ठिरा, मला तुमची मदत हवी आहे." पांडवांमधील सर्वांत ज्येष्ठ बंधू युधिष्ठिर याला तो म्हणाला.

"मी माझ्या आश्रमाशेजारी असलेल्या झाडावर यज्ञाचा अग्नी प्रज्वलित करण्यासाठी लागणारी अरणी (एक विशिष्ट प्रकारची काष्ठे) ठेवली होती. अचानक एक हरीण झाडापाशी येऊन झाडाच्या फांद्यांवर अंग घासू लागलं. त्यामुळे फांद्यांवरची अरणीची मोळी खाली पडून त्याच्या शिंगामध्ये अडकली. त्यामुळे घाबरून ते हरीण जोरात सैरावैरा धावत सुटलं. मीही त्या हरणाच्या पाठीमागे खूप वेळ पळत होतो, पण मी काही त्याला पकडू शकलो नाही. आता ती काष्ठे परत मिळाली नाही, तर मला यज्ञासाठी अग्नी प्रज्वलित करता येणार नाही. कृपा करून तुम्ही मला मदत करा."

आपण त्या हरणाच्या शिंगात अडकलेली ती अरणी लीलया काढून घेऊन त्या ब्राह्मणाला परत करू, याची पांडवांना कल्पना होतीच. शिवाय आपल्या प्रजेचं रक्षण करणं आपलं कर्तव्यच आहे, याचीही त्यांना जाणीव होती. त्यामुळे पांडवांनी त्याला मदत करायचं कबूल केलं.

पाचही पांडव हरणाच्या शोधात निघाले. काही वेळातच लांबवर उभं असलेलं ते हरीण त्यांना दिसलं. त्याला सर्व बाजूंनी वेढा घालण्याचा त्यांनी प्रयत्न केला, पण तो फसला आणि हरीण पळून गेलं. त्यांनी त्याचा पाठलाग करून त्याला पकडण्याचा प्रयत्न केला, पण ते हरीण फारच चपळ होतं. अखेर थकून भागून पाचही भाऊ एका झाडाखाली बसले.

युधिष्ठिर धाकटा भाऊ नकुल याला म्हणाला, "नकुला, सर्वांसाठी जरा प्यायला पाणी आणतोस का?"

नकुलानं होकार दिला. तो झाडावर चढून आसपासच्या परिसरात कुठे जलाशय

दृष्टीस पडतोय का, याचा शोध घेऊ लागला. ते ज्या ठिकाणी बसले होते, त्यापासून जवळच पाण्याचा साठा दिसत होता. नकुल झाडावरून खाली उतरून आपल्या भावांना म्हणाला, ''इथे जवळच एक तळं आहे. मी तिकडे जाऊन सर्वांसाठी पाणी घेऊन येतो.''

नकुल तळ्यापाशी गेला. तेथील अत्यंत रमणीय असं दृश्य पाहून तो मंत्रमुग्ध झाला. समोर स्फटिकासारखं शुभ्र पाणी असलेला जलाशय होता. त्याच्या सर्व बाजूंनी हिरवीगार झाडं, वेली आणि विविधरंगी फुलं होती. मग त्याला तहानेची जाणीव होऊन तो जलाशयात उतरला. आपल्या भावांसाठी पाणी घेऊन जाण्याआधी थोडं स्वत: पिऊन घ्यावं, असं त्याच्या मनात आलं.

त्यानं ओंजळीत पाणी भरून घेतलं आणि ओंजळ तोंडापाशी नेऊन एक घोट घेणार इतक्यात आवाज आला, ''नकुला, पाणी पिऊ नको.''

नकुल दचकून उभा राहिला. त्यानं आजूबाजूला सगळीकडे नजर टाकली, पण कुणीच दिसत नव्हतं.

''मी या तळ्याचा मालक आहे,'' तो आवाज म्हणाला, ''इथलं पाणी नेण्याआधी माझ्या काही प्रश्नांची उत्तरं तुला द्यावी लागतील. तुझ्या उत्तरांनी माझं समाधान झालं, तरच मी तुला तशी परवानगी देईन.''

नकुलाला वाटलं, आपण फार दमल्यामुळे आपल्याला हे असले चित्रविचित्र आवाज ऐकू येत असावेत. म्हणून त्यानं त्या गोष्टीकडे दुर्लक्ष करायचं ठरवलं. तो परत एकदा ओंजळीत पाणी भरून घेण्यासाठी पाण्यात वाकला.

तो पाण्याची ओंजळ भरून घेत असताना त्या आवाजानं परत एकदा त्याला सावधगिरीची सूचना दिली; पण नकुल तहानेनं इतका व्याकूळ झालेला होता, की त्यानं त्या धमकावणीकडे दुर्लक्ष करून पाणी प्यायलं. पोटभर पाणी पिऊन तहान भागल्यावर तो मागे वळून तळ्याबाहेर आला. अचानक तो जमिनीवर कोसळून मरण पावला.

इकडे नकुल बराच वेळ परत न आल्यामुळे युधिष्ठिर काळजीत पडला होता. तो सहदेवाला म्हणाला, ''नकुलाला परत यायला इतका वेळ का लागतोय? तू जा आणि काय ते पाहून ये बरं.''

सहदेवसुद्धा तहानेनं आणि भुकेनं व्याकूळ झाला होता. तो त्याच तळ्यापाशी गेला. पाहतो तर काय? त्याचा धाकटा भाऊ तळ्याच्या काठी मृतावस्थेत पडलेला होता. सहदेवाला धक्काच बसला. त्याला काय करावं, ते सुचेना. तो हताशपणे जरा वेळ तिथेच बसून राहिला. तहानेनं त्याचा जीव कासावीस झाला होता. मग ओंजळीनं थोडं पाणी पिण्यासाठी तो तळ्यात उतरला. पण त्यानं पाण्याला स्पर्शसुद्धा करण्यापूर्वीच त्या आवाजानं सहदेवालासुद्धा इशारा केला, ''हे तरुणा, तू आत्ता जे

काही करू पाहत आहेस, ते आधी ताबडतोब थांबव. मी काय सांगतो ते लक्षपूर्वक ऐक. तू जर माझ्या म्हणण्याप्रमाणे वागला नाहीस, तर तुझीही गत तुझ्या भावासारखीच होईल, हे लक्षात ठेव.''

पण सहदेवाला आता तहान सहन होत नव्हती, त्यामुळे त्यानं त्या आवाजाकडे दुर्लक्ष करून ओंजळीनं घटाघटा पाणी प्यायलं. तोही तत्काळ गतप्राण झाला.

जेव्हा नकुल आणि सहदेव हे दोघंही परत आले नाहीत, तेव्हा युधिष्ठिर अर्जुनाकडे वळून म्हणाला, ''तू धनुष्यबाण घेऊन ताबडतोब नीघ. आपले भाऊ कुठे आहेत याचा शोध घे,'' धनुर्धारी अर्जुनाच्या कर्तबगारीवर त्याचा पूर्ण विश्वास होता. तो म्हणाला, ''मला वाटतं, नकुल आणि सहदेव कुठल्यातरी संकटात सापडले आहेत.''

अर्जुन जेव्हा तळ्यापाशी गेला तेव्हा तिथे पडलेले आपल्या भावांचे मृतदेह त्याला दिसले. इथे जवळपास कुठे शत्रू लपून बसलेला आहे हे पाहण्यासाठी त्यानं सावधगिरीनं आजूबाजूला नजर फिरवली. पण तोसुद्धा तहानेनं व्याकूळ झालेला असल्यामुळे तळ्यात उतरून ओंजळीनं पाणी पिण्यासाठी वाकला. त्यालाही तोच आवाज ऐकू आला. त्या आवाजानं परत एकदा तीच धमकावणी अर्जुनाला ऐकवली.

''बाहेर ये, तुझा चेहरा दाखव आणि मग काय ते माझ्याशी बोल नाहीतर माझा शब्दवेधी बाण चालवून मी तुझा विनाश करून टाकीन,'' असं म्हणून अर्जुनानं ओंजळभर पाणी प्यायलं. तोसुद्धा तत्काळ मरण पावला.

आता युधिष्ठिरानं पाच पांडवांपैकी सर्वांत बलशाली असलेल्या भीमाला तळ्याकडे पाठवलं. आपल्या भावांना जमिनीवर मृतावस्थेत पडलेलं पाहिलं. पाण्यात उतरून ओंजळीनं पाणी पिण्यास सुरुवात करण्यापूर्वी त्यालासुद्धा तोच आवाज आणि तीच सूचना ऐकू आली. तो संतापानं थरथरू लागला. पण पाणी पिताच त्याचीही गत त्याच्या भावांसारखीच झाली.

अखेर अत्यंत थकलेला, भागलेला आणि चिंताग्रस्त अवस्थेत असलेला युधिष्ठिर कसा तरी पाय ओढत आपल्या भावांचा शोध घेत त्या जलाशयापाशी आला. आपल्या पाठचे चारही भाऊ असे जमिनीवर मृतावस्थेत पडलेले पाहून तो धावतच त्यांच्या जवळ आला. त्यानं चारही मृतदेहांचं नीट निरीक्षण केलं; परंतु त्या देहांवर कुठेही जखम झाल्याच्या खुणा नव्हत्या, माराचे वळही नव्हते. इथे भलतंच काहीतरी अघटित घडलेलं आहे, हे त्याला कळून चुकलं.

युधिष्ठिर पाणी पिण्यासाठी तळ्यात उतरला. पण ओंजळीत पाणी घेऊन एक घोट घेणार इतक्यात त्यालाही तोच आवाज ऐकू आला. त्यामुळे त्याच्या भावांनी जी चूक केली, ती त्याच्या हातून घडली नाही. त्यानं ते बोलणं लक्षपूर्वक ऐकलं.

तो आवाज म्हणाला, ''बाळा, थांब. हे तळं माझ्या मालकीचं आहे. त्यामुळे माझ्या परवानगीशिवाय तू या तळ्याचं पाणी चाखू शकणार नाहीस. तुझ्या भावांच्या उद्धटपणाचं त्यांना काय फळ मिळालं, हे तर तू पाहिलंच आहेस. मी फक्त तुला काही प्रश्न विचारू इच्छितो. त्यांची उत्तरं तू समाधानकारकरीत्या दिलीस, तर त्यावरूनच काय ते ठरेल. तुला पाणी पिऊ द्यायचं की नाही, हे त्यानंतर मी ठरवीन.''

युधिष्ठिर जरा वेळ विचारात पडला. त्यानंतर तो जरा मागे जाऊन तळ्याबाहेर उभा राहिला आणि म्हणाला, ''तुम्ही मला तुमचे प्रश्न विचारा. मी त्यांची उत्तरं देण्याचा माझ्या परीनं आटोकाट प्रयत्न करीन... पण आधी मला हे तर सांगा... तुम्ही आहात तरी कोण?''

अचानक एक यक्ष युधिष्ठिरासमोर अवतीर्ण झाला. त्यानं युधिष्ठिरासमोर बैठक मारून त्याला प्रश्न विचारायला सुरुवात केली.

''पृथ्वीपेक्षा मोठं कोण?'' यक्ष म्हणाला.

''आई,'' युधिष्ठिर उत्तरला.

''आभाळापेक्षा उंच कोण?''

''वडील.''

''वाऱ्यापेक्षा वेगवान कोण?''

''अर्थातच मन,'' युधिष्ठिर म्हणाला.

''गवतापेक्षाही भराभर कोण वाढतं?''

''चिंता.''

''या जगातील सर्वांत मोठा धर्म कुठला?'' यक्षानं प्रश्न केला.

''सहानुभूती आणि सद्सद्विवेकबुद्धी.''

''कोणती मैत्री निरंतर टिकते?''

''सज्जनांशी मैत्री केली तर ती निरंतर टिकते,'' युधिष्ठिरानं शांतपणानं उत्तर दिलं.

''कधीही दुःख न होण्यामागचं रहस्य काय?''

''व्यक्तीला जर स्वतःच्या मनावर नियंत्रण करता आलं, तर ती व्यक्ती कधीच दुःखी होणार नाही.''

आता यक्षानं आणखी जोरात प्रश्नांची फैर झाडण्यास सुरुवात केली.

''कोणत्या प्रकारची संपत्ती सर्वांत श्रेष्ठ?''

''ज्ञानाची.''

''कोणत्या प्रकारचा नफा सर्वांत श्रेष्ठ?''

''आरोग्यप्राप्तीचा.''

“सर्वांत मोठं सुख कोणतं?”

“समाधानातून प्राप्त होणारं,” युधिष्ठिरसुद्धा तेवढ्याच वेगानं त्या प्रश्नांची उत्तरं देत होता.

“माणसाचा सर्वांत भयंकर शत्रू कोणता?”

“क्रोध.”

“कोणत्या आजारावर उपाय नाही?”

“लोभावर उपाय नाही.”

यक्षाच्या चेहऱ्यावर स्मितहास्य पसरलं, “आता मित्रा, एक शेवटचाच प्रश्न. जीवनातील सर्वांत मोठी विसंगती कोणती?”

“मानवाच्या मनात असलेली अमरत्व प्राप्त करण्याची इच्छा. आपल्या आजूबाजूला इतकी माणसं मरत असलेली आपण रोज पाहतो. तरीही आपल्याला असंच वाटतं, की आपल्याला कधीही मरण येणार नाही.”

“हे युधिष्ठिरा,” यक्ष म्हणाला, “माझ्या सर्व प्रश्नांची तू अत्यंत समाधानकारक उत्तरं दिली आहेस. त्यामुळे तुझ्या या मरण पावलेल्या भावांपैकी कुणाही एका भावाच्या जीवनाचं दान मी तुला देईन.”

युधिष्ठिर क्षणाचाही विलंब न लावता म्हणाला, “तसं असेल तर नकुलाला जीवदान दे.”

त्यावर यक्ष म्हणाला, “पण युधिष्ठिरा, आता लवकरच जे युद्ध होण्याची शक्यता आहे, त्यासाठी तुला अर्जुन, भीम अशा महापराक्रमी योद्ध्यांची आवश्यकता आहे. शिवाय नकुल हा तर तुझा सावत्र भाऊ आहे. मग स्वत:च्या सख्ख्या भावांचे प्राण परत मिळवण्याचं सोडून तू तुझा सावत्र भाऊ असलेल्या नकुलासाठी का जीवदान मागतो आहेस?”

युधिष्ठिर यक्षाला नम्र अभिवादन करून म्हणाला, “माझे पिता पंडू यांच्या दोन पत्नी म्हणजे कुंती आणि माद्री. माझी माता कुंती हिच्या पोटी तीन पुत्र आले. माता माद्री हिच्या पोटी नकुल आणि सहदेव या जुळ्या भावांनी जन्म घेतला. मी जर अर्जुन आणि भीम यांचे प्राण परत मिळवले तर तो माद्री मातेवर अन्याय होईल, कारण तिचे तर दोन्ही मुलगे मृत झाले आहेत. तिला आता मुलगाच नाही. त्यामुळे न्यायानं जर विचार केला, तर मी तिच्या एका तरी पुत्राचे प्राण परत मिळवलेच पाहिजेत. यालाच धर्मानं केलेलं आचरण असं म्हणतात– कोणताही पूर्वग्रह न बाळगता करुणा आणि सद्सद्विवेकबुद्धी मनात ठेवून शांतीपूर्वक जीवन व्यतीत करणं.”

यक्षाला युधिष्ठिराचं ते बोलणं ऐकून खूप आनंद झाला. “हे युधिष्ठिरा, तुला माझे आशीर्वाद आहेत. तू जो सदाचरणाचा मार्ग निवडलेला आहेस, त्याचा तू

निष्ठेनं पाठपुरावा करत आहेस. मी तुझ्या सर्वच भावांचे प्राण तुला परत देत आहे. आजच्या दिवसापासून सर्व जण तुला 'धर्मराजा' म्हणून ओळखतील.''

त्यानंतर नकुल, सहदेव, अर्जुन आणि भीम या सर्वांचे प्राण परत आले. ते सचेतन झाले. मग सर्वांनी त्या यक्षापुढे गुडघे टेकून त्याची प्रार्थना केली. युधिष्ठिर म्हणाला, ''तुम्ही केवळ एक यक्ष नाही, ही तर आता माझी खात्रीच पटली आहे. तुम्ही क्षणार्धात माझ्या भावांचे प्राण घेतले आणि क्षणार्धात त्यांना परत जिवंतसुद्धा केलंत. तुम्ही भगवान विष्णू किंवा शंकर किंवा असेच कुणीतरी महाशक्तिशाली आहात. देवा, आपण नक्की कोण आहात ते कृपया आम्हाला सांगा.''

त्यानंतर त्या यक्षानं आपलं मूळ रूप धारण केलं. साक्षात यमराज त्या ठिकाणी प्रकट झाले. ''मी तुम्हा सर्वांना आशीर्वाद देतो. त्या गरीब माणसाकडे हरणाचं रूप घेऊन मीच गेलो होतो. तुम्ही सर्वांनी या ठिकाणी यावं, हीच माझी इच्छा होती. मला तुम्हा सर्वांना एक वरदान द्यायचं आहे. काय हवं, ते सांगा.''

''हे यमराजा, आम्ही १२ वर्षं वनवासात राहिल्यानंतर, पुढचं तेरावं वर्षभर अज्ञातवासात राहावं, अशी अट घालण्यात आली आहे. इतकंच नव्हे, तर त्या अज्ञातवासात आम्ही जेव्हा निराळ्याच व्यक्तींची रूपं धारण करून राहू, तेव्हा आम्ही खरे कोण आहोत, हे कुणालाही समजता कामा नये अशीही अट आम्हाला घालण्यात आली आहे. या अज्ञातवासाच्या काळात जर कुणी आम्हाला ओळखलंच, तर परत १२ वर्षांचा वनवास आम्हाला पत्करावा लागेल. त्यामुळे या अज्ञातवासाच्या काळात आम्हाला कुणीही ओळखू नये, एवढंच वरदान तुम्ही आम्हाला द्या,'' युधिष्ठिर म्हणाला.

''मग तसंच घडेल,'' यमराज म्हणाले.

◆

महासंहारक अस्त्र

कृष्ण हा पांडवांचा खूप जवळचा मित्र असल्यामुळे पांडव वनवासात असताना तो अनेकदा त्यांना भेटायला यायचा.

एकदा असाच तो पांडवांच्या भेटीला आलेला असताना अर्जुनाला म्हणाला, "ही तेरा वर्षं (१२ वर्षांचा वनवास + १ वर्षाचा अज्ञातवास) पूर्ण झाल्यावर काही काळातच एक महाभयंकर युद्ध होणार असल्याची चिन्हं दिसत आहेत. तुमचा चुलतभाऊ दुर्योधन तुमच्या हक्काचं राज्य तुम्हाला कधीच परत देणार नाही. एवढंच काय पण त्यातला एक छोटासा हिस्सासुद्धा देणार नाही. अर्थात त्यानं जर तुमचा वाटा तुम्हाला दिलाच, तर मला पराकोटीचा आनंद होईल. पण तुम्ही मात्र युद्धाची तयारी ठेवावी, असा माझा तुम्हाला सल्ला आहे."

"तू स्वत: महापराक्रमी योद्धा आहेस, हे तर मला ठाऊकच आहे," कृष्ण पुढे म्हणाला, "पण या युद्धात टिकून राहायचं असेल तर तुझ्याकडे एखादं बलशाली अस्त्र हवं ना! युद्धात फार मोठमोठ्या साहसी योद्ध्यांशी तुझा सामना होईल. उदाहरणार्थ तुझे चुलत आजोबा भीष्म पितामह, किंवा तुझे गुरू द्रोणाचार्य, त्यांचा मुलगा अश्वत्थामा, त्याचप्रमाणे कर्ण. यांच्यातला प्रत्येक योद्धा म्हणजे तुझ्या विजयाच्या मार्गातील मोठीच अडचण आहे."

कृष्णाचं बोलणं ऐकून अर्जुन गोंधळून गेला. तो म्हणाला, "देवा, मग मी आता काय करू?"

"भगवान शंकर हे अत्यंत कनवाळू आहेत. त्यांच्याकडे पाशुपतास्त्र नावाचं एक विलक्षण अस्त्र आहे. या संपूर्ण विश्वाचा संहार करण्याची शक्ती त्या अस्त्रात आहे. तू ते प्राप्त करून घ्यायलाच हवंस."

"पण मी ते अस्त्र कसं काय मिळवू?" अर्जुन म्हणाला.

"तू भगवान शंकरांची आराधना कर. तसं केलंस तर शंकर भगवान तुझ्यापुढे

प्रकट होतील. त्यांना व्हावंच लागेल. मग त्यांच्याकडे त्या अस्त्राची मागणी कर. ते तुला नाही म्हणू शकणार नाहीत. नुसतं ते अस्त्र तुझ्यापाशी आहे हे समजलं तरी तुझे शत्रू हवालदिल होतील.''

अर्जुनानं ते आव्हान स्वीकारलं. आपल्या कुटुंबीयांना एकत्र जमवून तो त्यांना म्हणाला, ''मी इंद्रनील पर्वतात असलेल्या घनदाट अरण्यात तपश्चर्या करण्यासाठी जात आहे. तिथे माझा तपोभंग करायला कुणी येणार नाही. मला शांततेनं तप करता येईल.''

मग अर्जुन हिमालयात असलेल्या इंद्रनील पर्वतातील निबिड अरण्यात जाऊन तप करू लागला. अशी काही वर्षं लोटली. अर्जुन तपश्चर्या करत असून तो आपली आराधना करत असल्याचं शंकर भगवानांना माहीत असूनसुद्धा ते काही आपल्या भक्तासमोर प्रकट होत नव्हते.

अखेर त्यांची पत्नी पार्वती हिला ती गोष्ट सहन होईना. ती भगवान शंकरांना म्हणाली, ''भगवान, एक ना एक दिवस तुमचं ते अस्त्र अर्जुनाला द्यावं लागणारच आहे. मग तुम्ही त्याच्याकडे का बरं जात नाही?''

''तो ज्या अस्त्रासाठी प्रार्थना करत आहे, ते काही साधंसुधं अस्त्र नाही,'' शंकर भगवान पार्वतीला समजावून सांगत म्हणाले, ''एके काळी माझ्याकडे दोन महाशक्तिशाली अस्त्रं होती. त्यातलं पहिलं म्हणजे पिनाक धनुष्य. मी ते वापरणं थांबवल्यानंतर ते राजा निमी याला देऊन टाकलं. आता माझ्याकडे फक्त हे पाशुपतास्त्र शिल्लक आहे. हेच अर्जुनाला हवं आहे. जर ते त्याला प्राप्त करायचं असेल, तर आधी त्याला त्यासाठी तो खरंच पात्र आहे ना, हे सिद्ध करावं लागेल.''

आपले पती यासाठी अर्जुनाची नक्की कशी परीक्षा घेणार आहेत, ही गोष्ट पार्वतीला समजून घ्यायची होती. ती उत्सुकतेनं म्हणाली, ''तुम्ही त्याची शक्ती तपासून पाहण्यासाठी त्याच्याशी स्वतःच दोन हात करणार आहात की काय?''

''हो, तोच बेत आहे,'' शंकर भगवान म्हणाले.

त्यावर पार्वती म्हणाली, ''युद्धामध्ये पराक्रमी योद्धा आपल्या शत्रूकडे कधीही पाठ फिरवत नसतो. शत्रूकडे पाठ फिरवणं हे पराभवाचं लक्षण आहे. त्यामुळे तुमच्याशी लढताना अर्जुनाची पाठ तुम्हाला जर पाहायला मिळाली, तर तो पराभूत झाला असं मानावं लागेल.''

शंकर भगवानांनी ती गोष्ट मान्य केली. मग ते शिकाऱ्याचं रूप धारण करून पृथ्वीतलावर आले. त्यांनी अर्जुनाची तपश्चर्या भंग करण्यासाठी एक मायावी रानडुक्कर बनवून ते अर्जुनाकडे पाठवलं. रानडुकरानं अर्जुनावर हल्ला केला. त्याबरोबर अर्जुनानं चिडून आपल्या बाणानं अवघ्या क्षणार्धात त्याचा वेध घेतला.

त्यानंतर तो त्या डुकराच्या मृतदेहापाशी गेला आणि बारकाईनं निरीक्षण करू लागला. पाहतो तर काय, त्या डुकराच्या शरीरात एकाऐवजी दोन बाण घुसलेले होते. त्याच्या मनात विचार आला, 'मी मोठ्या प्रदीर्घ काळापासून या अरण्यात राहत आहे. आजवर कधीही कुणी मानव इथे असल्याचं चिन्हसुद्धा नव्हतं. इथे आणखी कुणी आहे की काय?'

इतक्यात तिथे एक शिकारी आला. ते खरं तर शिकऱ्याच्या वेषातील भगवान शंकरच होते. ते त्या डुकरावर हक्क सांगत म्हणाले, "हे माझं आहे. याला आधी मी मारलं आहे."

"मी याआधी कधीही तुम्हाला इकडे पाहिलेलं नाही. तुम्ही कुठून आलात?" अर्जुन म्हणाला.

"तुला मी कधी दिसलो नसेन किंवा माझं अस्तित्व जाणवलं नसेलही. पण मी मात्र तुला कित्येकदा पाहिलेलं आहे," भगवान शंकर गूढपणे स्मितहास्य करत म्हणाले.

पण अर्जुन मात्र मुळीच हसला नाही. तो अभिमानानं म्हणाला, "जगातील काही थोड्या उत्कृष्ट धनुर्धारींपैकी मी आहे. मी शब्दवेधी धनुर्धारी असून माझ्या लक्ष्याकडे न पाहताही त्याच्या हालचालीच्या नुसत्या आवाजावरून त्याचा वेध घेऊ शकतो. मी डोळे बंद करून बाण सोडू शकतो. उजव्या आणि डाव्या यांपैकी कोणत्याही हाताने मी बाण मारू शकतो. त्यामुळे हा प्राणी माझ्याआधी तुम्ही मारला असं कसं काय म्हणू शकता तुम्ही?"

अशा प्रकारे अर्जुन आणि शिकाऱ्याच्या रूपातील भगवान शंकर यांचा वादविवाद सुरू झाला. दोघांपैकी कुणीच मागे हटायला तयार नव्हतं. मग आता आपलं सामर्थ्य सिद्ध करून दाखवण्यासाठी दोघांनीही एकमेकांशी धनुष्यबाणाशिवाय लढण्याचं ठरवलं.

ते जेव्हा एकमेकांशी झुंज देऊ लागले तेव्हा कधीतरी एकदा अर्जुनाची पाठ भगवान शंकरांच्या नजरेस पडली. अर्जुनानं भगवान शंकराकडे पाठ फिरवल्याचं पार्वतीदेवींनीही नीट पाहिलेलं असल्याची जेव्हा त्यांची खात्री पटली, तेव्हा ते त्यांच्या मूळ रूपात अर्जुनासमोर प्रकट झाले.

आपण इतका वेळ कुणाशी झुंज देत होतो हे अर्जुनाला कळून चुकलं. तो ओशाळला. भगवान शंकरांच्या चरणी लोटांगण घालून त्यानं त्यांची क्षमा मागितली. त्याच्यावर प्रसन्न होऊन भगवान शंकरांनी त्याला ते पाशुपतास्त्र दिलं. पण त्याचबरोबर त्यांनी त्याला समजावलं, "हे बघ अर्जुना, हे जगातलं अत्यंत महाभयंकर असं अस्त्र आहे. तुझ्यावर जेव्हा अशी परिस्थिती ओढवेल, की त्यातून बाहेर पडण्याचा दुसरा कोणताच मार्ग नसेल, फक्त अशा वेळीच तू या अस्त्राचा वापर कर. जो शत्रू तुझ्या तुल्यबळ नसेल त्याच्यावर याचा वापर कधीही करू नको."

अर्जुनानं भगवान शंकरांचा सल्ला ऐकला आणि त्यानं त्या अस्त्राचा कधीच वापर केला नाही.

अनेक वेळा वेगवेगळ्या शीर्षकांखाली हीच कथा सांगण्यात येते. उदाहरणार्थ, 'पाशुपतास्त्र प्राप्ती', 'शबरशंकर विलास' किंवा 'किराटार्जुनीय'.

◆

पुष्पप्राप्तीची आस

पांडव वनवासात असताना एक दिवस द्रौपदी जवळच्या एका नदीवर स्नानासाठी गेली होती. तिला पाण्यात एक अतिशय सुंदर गुलाबी रंगाचं फूल तरंगताना दिसलं. त्या फुलाच्या मंद सुगंधानं तिला मोहित केलं. कसंही करून ते फूल आपल्याला मिळायलाच हवं, असं तिला वाटू लागलं. तिनं नदीकिनारी असलेल्या इतर झाडाझुडपांकडे, वेलींकडे निरखून पाहिलं. तिथे अनेक रंगीबेरंगी फुलं उमलेली दिसत होती; पण ते विशिष्ट प्रकारचं फूल मात्र कुठेच नव्हतं. जराशी निराश होऊन ती आपले कपडे व इतर सामान उचलून घरी निघून गेली.

त्यानंतरचे कित्येक दिवस द्रौपदीच्या मनात फक्त त्या फुलाचाच विचार घोळत होता. कसंही करून ते फूल आपल्याला मिळालंच पाहिजे, ही तिच्या मनातली आस दिवसेंदिवस वाढतच चालली होती. तिला आता तो ताण सहन होईना. अखेर ती सर्वशक्तिमान, बलशाली अशा भीमाकडे गेली. ती त्याला म्हणाली, "हे भीमा, तुम्ही मला ते फूल आणून द्याल का?"

भीम तत्काळ त्या फुलाच्या शोधात निघाला. त्यानं खूप दूरवर प्रवास केला. पण द्रौपदीनं ज्या फुलाविषयी वर्णन करून त्याला सांगितलं होतं, तसं फूल त्याला कुठेही दिसेना. पण तरीही त्यानं आपला शोध थांबवला नाही. हार मानली नाही.

असाच तो रानावनातून फिरत असताना त्याच्या मार्गात एक माकड गाढ झोपून गेलेलं त्याला दिसलं. त्या माकडानं आपल्या शेपटीनं रस्ता पूर्णपणे अडवून ठेवला होता. भीमाला पलीकडे जायला जागाच नव्हती. अखेर भीमानं त्याला झोपेतून उठवून वाटेतून जरासं दूर होण्यास सांगितलं.

पण ते माकड खूप दमलं होतं. ते एक मोठा नि:श्वास टाकून म्हणालं, "मी म्हातारा आणि दुबळा आहे. तू जरा माझी शेपटी उचलून बाजूला केलीस तर तुला जायला पुरेशी जागा मिळेल."

‘अरे, याला स्वत:ची शेपटी हलवणं इतकं जड जात आहे? माझा तर विश्वासच बसत नाहीये. पण ठीक आहे. जर त्याला नसेल जमत, तर मग आता मीच त्याची शेपटी उचलून बाजूला करतो,’ असा भीमानं विचार केला.

मग त्यानं एका हातानं माकडाची शेपटी उचलून बाजूला ठेवण्याचा प्रयत्न केला. पण ती रेसभरही हलत नसल्याचं त्याच्या लक्षात आलं. मग त्यानं दुसऱ्या हातानं ती उचलण्याचा प्रयत्न केला, पण तरीही शेपटी हलत नसल्याचं पाहून त्यानं दोन्ही हातांचा वापर करून ती हलवण्याची शिकस्त केली; पण ती शेपूट काही हलेना. अखेर भीमानं मन एकाग्र करून त्याच्या अंगी असलेली सर्व शक्ती एकवटली; पण त्यानंही काहीच होईना. भीम जसजसा जास्त ताकद लावत होता, तशी ती शेपटी अधिकाधिक जड होत चालली होती. भीम या पृथ्वीतलावरचा सर्वांत शक्तिशाली मानव असून त्याला स्वत:विषयी खंत वाटू लागली. आपल्या समोर बसलेलं हे माकड कुणी सर्वसाधारण माकड नाही, हे त्याच्या लक्षात आलं.

तो नम्रपणे हात जोडून म्हणाला, “महाराज, मी माझ्या सामर्थ्यानं मोठमोठे खडक आणि डोंगरसुद्धा हलवू शकतो, पण आज तुमची ही शेपटी मला हलवता येत नाहीये. तुम्ही नक्कीच कुणीतरी महान आहात. तुम्ही कोण आहात, ते कृपया मला सांगता का?”

“मी वायुपुत्र हनुमान आहे,” माकड म्हणालं, “मी भगवान श्रीरामांच्या काळापासून या पृथ्वीवर वास करत आहे. मला तुला एक महत्त्वाचा धडा शिकवायचा होता, म्हणूनच मी तुला माझी शेपटी उचलून ठेवण्यासारखं एक सोपंसं काम दिलं. हे बघ, स्वत:च्या सामर्थ्याबद्दल वृथाभिमान, अहंकार मनात कधीही बाळगू नको. इतरांच्या सामर्थ्याला कधीच तुच्छ लेखू नको.”

स्वत:च्या मनात असलेल्या अहंगडाबद्दल भीम लज्जित झाला. त्यानं हनुमानापुढे क्षमायाचना केली.

“आता युद्ध तर अटळच आहे. पण जेव्हा ते सुरू होईल, तेव्हा सर्वकाळ मी तुझ्या बरोबर असेन.”

या प्रसंगानंतर पुढे पांडवांनी आपल्या युद्धध्वजावर श्री हनुमानाचं चित्र चितारलं. ज्या देवतेनं आपल्या कठीण काळात आपलं संरक्षण केलं, त्या देवतेचं स्मरण आपल्याला सदासर्वकाळ असावं, हाच त्यामागचा उद्देश होता.

भीमानं आत्ता आपल्या समोर असलेल्या श्री हनुमानास विचारलं, “देवा, मी एका विशिष्ट पुष्पाचा शोध घेत आहे. या कामी तुम्ही मला मदत कराल का?”

“मी मुद्दामच द्रौपदीच्या नजरेसमोर ते सुंदर फुल आणलं होतं. त्या फुलाचा माग काढत तू माझ्यासमोर यावंस, अशीच माझी इच्छा होती. ते फूल धनसंपत्तीची देवता श्री कुबेर यांच्या उद्यानातलं आहे. तू तिथे जाऊन तुला पाहिजे तेवढी फुलं

घेऊन येऊ शकतोस.''

मग भीम दूरचा प्रवास करून कुबेरांची नगरी अलकावती येथे गेला. तिथे तो कुबेरांच्या उद्यानात गेला. उद्यानात नानाविध रंगांची, मन प्रसन्न करणाऱ्या सुगंधानं दरवळणारी फुलं उमलली होती. तिथेच तो ज्याचा शोध घेत होता ते सुगंधिका पुष्पसुद्धा उमललं होतं.

ही कथा आजच्या उत्तरांचल प्रदेशातील एका दरीमधील रानात घडली असून तिथेच भीम आणि श्री हनुमान यांची भेट झाली असा समज आहे. भीम आणि हनुमान हे एकाच पित्याचे पुत्र असल्यामुळे ते एकमेकांचे सावत्र भाऊ होते. कुंतीमातेनं वायूची आराधना करून मंत्रोच्चार केल्यानंतर तिच्या पोटी वायुपुत्र भीमाचा जन्म झाला होता.

◆

कल्पक घटोत्कच

पांडवांच्या वनवासाच्या काळात कृष्णाचा भाचा म्हणजेच अर्जुनाचा मुलगा अभिमन्यू हा आपली आई सुभद्रा हिच्यासह द्वारकेला वास्तव्य करून राहिला होता. कृष्णाच्या पालकत्वाखाली अभिमन्यू लहानाचा मोठा झाला होता. तो आता एक उमदा आणि साहसी तरुण बनला होता. कृष्णानं स्वत: त्याला धुनर्विद्या शिकवली होती.

कृष्णाचा भाऊ बलराम आणि त्याची पत्नी रेवती यांना एक सुंदर मुलगी होती. तिचं नाव शशिरेखा. तिच्या अद्वितीय लावण्याची कीर्ती सर्वदूर पसरली होती. अनेक तरुण तिच्या सौंदर्यानं मोहित झाले होते. पण ती मात्र आपलं हृदय केवळ एकाच बुद्धिमान व साहसी तरुणाला देऊन बसली होती. तो तरुण म्हणजे अभिमन्यू.

परंतु तिची आई रेवती मात्र अभिमन्यूला आपला जावई करून घेण्यास राजी नव्हती. पांडवांकडे स्वत:चं राज्य नसल्यामुळे अभिमन्यूला कधीही राजगादी मिळू शकणार नाही, असा तिचा समज होता. शिवाय पुढे कधीही जरी पांडवांना राज्य प्राप्त झालंच, तरी राजसिंहासनावर पहिला हक्क द्रौपदीच्या पुत्रांचाच असणार, असं तिला वाटे. रेवतीला आपल्या कन्येसाठी दुर्योधनाचा पुत्र लक्ष्मणकुमार हाच योग्य वर आहे, असं वाटे.

दुर्योधनाचे मामा शकुनी यांचंही मत रेवतीसारखंच होतं. बलराम एक पराक्रमी योद्धा होता. त्यानंच भीम आणि दुर्योधन या दोघांना गदाविद्या शिकवली होती. त्यामुळेच जर हा विवाह झाला, तर दुर्योधन आणि बलराम यांच्यातील स्नेहसंबंध दृढ होतील, असा शकुनीचा विश्वास होता.

अशा रीतीनं शशिरेखा आणि लक्ष्मणकुमार यांचा विवाह निश्चित करण्यात आला.

त्यामुळे अस्वस्थ आणि निराश मन:स्थितीत सुभद्रा आणि अभिमन्यू द्वारका

सोडून पांडवांच्या निवासस्थानी वनात जायला निघाले. वाटेत त्यांना एक महाकाय पुरुष भेटला. तो राक्षसी देहाचा होता. त्यानं अभिमन्यू आणि सुभद्रेला ओळखलं.

त्या महाकाय पुरुषानं स्वत:ची ओळख करून दिली, "मी भीम आणि हिडिंबा यांचा पुत्र घटोत्कच. हे वन माझ्या मालकीचं आहे. मी तुम्हा दोघांना माझ्या निवासस्थानी येण्याचं निमंत्रण देण्यासाठी आलो आहे. कृपया माझ्या निमंत्रणाचा अव्हेर करू नका. आपण सगळे एकाच कुटुंबातील आहोत."

आपल्या चुलतभावाला भेटून अभिमन्यूला खूप आनंद झाला. त्यानं घटोत्कचाच्या निमंत्रणाचा स्वीकार केला. माता सुभद्रेसह तो घटोत्कचाबरोबर त्याच्या घरी गेला.

घटोत्कचाच्या घरी त्याच्या पाहुणचाराचा स्वीकार करत असताना अभिमन्यूच्या मनात मात्र सतत शशिरेखेचेच विचार घोळत होते. त्याचं संभाषणात मनच लागत नव्हतं. तो काही न बोलता खिन्नपणे नुसताच बसून होता. हिडिंबेच्या ती गोष्ट लक्षात आली. ती आपला पुत्र घटोत्कच याला म्हणाली, "घटोत्कचा, तू इतका बलशाली आहेस. शिवाय तू मायावी रूप धारण करून कधीही कुठेही जाऊ शकतोस. तू त्या विद्येत पारंगत आहेस. मग तू काहीतरी मार्ग काढ आणि तुझा हा चुलतभाऊ अभिमन्यू आणि शशिरेखा यांचा विवाह लावून दे बरं. तू काहीतरी करच."

घटोत्कचानं आपल्या आईचं म्हणणं लगेच मान्य करून टाकलं. त्यानंतर तो वायुवेगानं प्रवास करून शशिरेखेच्या प्रासादातील महालात दाखल झाला. ती मध्यरात्रीची वेळ होती. एक अनोळखी माणूस अशा अपरात्री अचानक समोर अवतीर्ण पाहून शशिरेखा भयभीत झाली. ती घाबरून किंकाळी फोडणार इतक्यात खुणेनं तिला शांत करत घटोत्कच म्हणाला, "शशिरेखे, घाबरू नकोस. मी इथे तुला कोणत्याही प्रकारची इजा करण्याच्या उद्देशानं आलेलो नाही. तुझं माझा चुलतभाऊ अभिमन्यू याच्यावर प्रेम आहे, हे मला माहीत आहे. आता वनात असलेल्या माझ्या घरीच तो राहत आहे. तू माझ्याबरोबर चल. मी तुला त्याच्याकडे घेऊन जाईन."

शशिरेखा त्यांचं बोलणं ऐकून जरा शांत झाली. ती म्हणाली, "पण मी तुमच्याबरोबर कशी येऊ? मी जर अशी अचानक घरातून नाहीशी झाले, तर माझ्या मातापित्यांचं नाव खराब होईल. घराण्याची अपकीर्ती होईल. माझा विवाह अगदी नजीक येऊन ठेपला आहे. माझा भावी पती व त्याच्या घरची मंडळी इथे आलेली आहेत."

"त्याची काहीही काळजी करू नको, शशिरेखे," घटोत्कच स्मितहास्य करत म्हणाला, "मी अशी काही गोष्ट घडवून आणेन, की वर स्वत:च तुझ्याशी विवाह करणं अमान्य करेल. तू फक्त माझ्यावर विश्वास ठेव."

शशिरेखेला ते पटलं. घटोत्कचानं हात पुढे केल्यावर ती त्याच्या तळहातावर

चढून बसली. तिला घेऊन घटोत्कच परत वायुवेगानं रानातल्या आपल्या निवासस्थानी परतला. तिथे अभिमन्यू आणि सुभद्रा अत्यंत अधीरपणे शशिरेखेची वाट पाहत होते. शशिरेखेला साक्षात समोर पाहून त्यांचा आनंद गगनात मावेना.

इकडे घटोत्कच परत शशिरेखेच्या महाली जाऊन पोहोचला. तिथे शशिरेखेचं रूप धारण करून तो तिच्या मंचकावर गाढ झोपून गेला.

दुसऱ्या दिवशी सकाळी शशिरेखेला झोपेतून जागं करण्यासाठी दासी तिच्या महालात आल्या. आदल्या रात्री त्या ठिकाणी काय घडलं होतं याची त्यांना काहीच कल्पना नव्हती. शशिरेखेचं रूप धारण करून मंचकावर झोपलेला घटोत्कच मोठमोठ्या आवाजात घोरत होता, मधूनच मोठे सुस्कारे टाकत होता. तो प्रकार पाहून दासी घाबरून गेल्या. अचानक आपण आत्ता स्त्रीरूप धारण केलेलं असल्यामुळे आपल्याला स्त्रीसारखंच वागायला हवं, याची घटोत्कचाला जाणीव झाली.

मंचकी पहुडलेल्या शशिरेखेच्या रूपातील घटोत्कचाला दासी म्हणाल्या, "राजकन्या, आता लवकर उठा बघू. लोक तुमची वाट पाहत आहेत."

"पण मला खूप भूक लागली आहे. मला काहीतरी खायचं आहे," घटोत्कच म्हणाला.

मग दासींनी त्याच्यासाठी जेवण आणलं. घटोत्कचानं ते क्षणार्धात फस्त केलं. त्यानं जेव्हा आणखी खायला मागितलं, तेव्हा दासी जरा काळजीत पडल्या. शशिरेखा एक नाजूक मुलगी होती. पानात वाढलेलं अन्न ती कधीच संपवू शकत नसे. पण आजची ही शशिरेखा काही वेगळीच भासत होती. मग शशिरेखेच्या रूपातील घटोत्कच त्या दासींबरोबर स्वयंपाकघरात गेला आणि तिथे दृष्टीस पडलेलं सर्व काही त्यानं फस्त केलं. तिथले आचारीसुद्धा ते पाहून भांबावून गेले. त्यांना सगळे खाद्यपदार्थ नव्यानं बनवावे लागले.

इकडे शशिरेखेचा वर आणि त्याचे सर्व आप्तेष्ट आनंद सोहळा साजरा करण्यात मग्न होते. आपला विवाह शशिरेखेशी होणार असल्याच्या कल्पनेनं लक्ष्मणकुमार हरखून गेला होता. शकुनी मामासुद्धा आनंदात होते.

अखेर वरानं शशिरेखेची भेट घेण्याचा क्षण आला. लक्ष्मणकुमार आपली भावी वधू शशिरेखा हिला भेटण्यासाठी गेला. पण ती खरी शशिरेखा नव्हतीच. तिचं मायावी रूप धारण केलेला घटोत्कच होता तो. लक्ष्मणकुमाराची नजर या मायावी शशिरेखेवर पडताच क्षणार्धात त्याला तिच्या चेहऱ्याच्या जागी सिंहाचा चेहरा दिसू लागला. लक्ष्मण घाबरून मागे सरकून ओरडू लागला, "हा तर सिंह आहे!"

परंतु तेथे उपस्थित असलेल्या इतर सर्व मंडळींना मात्र शशिरेखा नेहमीसारखीच नाजूक, सुंदर तरुणी दिसत होती. शकुनीनं आपल्या नातवाची कानउघडणी करून त्याला शांत होण्यास सांगितलं.

त्यानंतर काही क्षणातच शशिरेखा हातात पुष्पमाला घेऊन लक्ष्मणकुमाराच्या समोर येऊन उभी राहिली. या खेपेला त्याला तिच्या चेहऱ्याच्या जागी वाघाचा चेहरा दिसत होता. या खेपेसही तिथे उपस्थित असलेल्या बाकी सर्व मंडळींना मात्र तिचा चेहरा नेहमीप्रमाणेच सुंदर, कोमल दिसत होता.

लक्ष्मणकुमाराच्या गळ्यात वरमाला घालण्यासाठी शशिरेखेनं एक पाऊल पुढे टाकताच तो परत मागे झाला. तो भीतीनं थरथर कापत होता. तो ओरडला, "नाही, नाही! मला नाही हिच्याशी विवाह करायचा. ही भीतिदायक आहे."

परंतु शकुनीनं त्याची कशीबशी समजूत काढून विवाहसोहळा पुढे चालू ठेवण्याची आज्ञा केली.

अखेर वरानं वधूच्या गळ्यात मंगळसूत्र घालण्याचा क्षण आला. त्या क्षणी घटोत्कचानं धारण केलेल्या शशिरेखेच्या चेहऱ्याचं रूपांतर एका चित्त्याच्या चेहऱ्यात केलं.

त्या क्षणी लक्ष्मणकुमार मोठ्यांदा विव्हळत म्हणाला, "ही बलरामाची कन्या असल्यामुळे तुम्हाला हिचा आणि माझा विवाह व्हावा असं वाटत आहे. नजीकच्या भविष्यात जे युद्ध घडून येणार आहे, त्या दृष्टीनं ही सोयरीक जुळणं तुमच्या फायद्याचं आहे, हे मला माहीत आहे; पण तरीही, कुठल्याही परिस्थितीत मी हिच्याशी विवाह करणार नाही."

त्याच्या तोंडचे शब्द ऐकून दुर्योधन आणि शकुनी मामा लज्जित झाले. त्यांचं गुपित असं सर्वांसमोर उघडकीला आलं.

"तुझ्या पुत्राचा माझ्या कन्येशी विवाह व्हावा, कारण तुला माझी कन्या आवडली आहे, सून म्हणून पसंत आहे, असंच इतके दिवस मला वाटत होतं; पण तुझ्या मनातला खरा हेतू मला आत्ता कळला. पण आत्ता इथे जे काही घडलं, त्यानंतर तुझ्या पुत्राची माझ्या कन्येशी विवाह करण्याची योग्यताच नाही, असं मला वाटू लागलं आहे. आणि तो अगदी सुयोग्य वर असला, तरीही मी माझी कन्या तुमच्या कुटुंबात कधीच देणार नाही. हा विवाह होणं शक्य नाही," शशिरेखेचा पिता बलराम ठामपणे म्हणाला.

दुर्योधन, शकुनी आणि त्यांच्या बरोबर असलेले इतर सर्व जण शरमेनं मान खाली घालून हस्तिनापूरला परत गेले.

यानंतर शशिरेखेचे आईवडील काळजीत पडले. आपल्या या निर्णयाचा रेवतीला पश्चात्ताप वाटू लागला, "अभिमन्यूचं खरं तर आपल्या मुलीवर जिवापाड प्रेम होतं. परंतु तिच्या भविष्यातील सुखाचा आणि सुरक्षिततेचा विचार करून मी त्याला नाकारलं. मी फार मोठी चूक केली. आत्ता जर तो इथे असता, तर मी माझ्या मुलीचं त्याच्याशी तत्काळ लग्न लावून दिलं असतं," ती म्हणाली.

हे जेव्हा घटोत्कचानं ऐकलं, तेव्हा आपलं इथलं काम संपुष्टात आलं, हे त्याच्या लक्षात आलं. त्याच रात्री त्यानं आपल्या निवासस्थानी परत जाऊन शशिरेखेला उचलून आणून तिच्या महालातील मंचकावर ठेवलं. त्यानं अभिमन्यू आणि सुभद्रा यांनाही बलारामाच्या प्रासादात परत आणलं. त्या दोघांना पाहून बलराम आणि रेवती यांना खूप आनंद झाला.

दुसऱ्याच दिवशी शशिरेखा आणि अभिमन्यू यांचा शुभविवाह झाला. परंतु हे सर्व कसं घडून आलं, हे रहस्य केवळ कृष्णालाच समजलं.

ही कर्नाटक व आंध्र प्रदेश या राज्यांमध्ये प्रचलित असलेली एक लोककथा आहे. या कथेवर आधारित अनेक नृत्यनाट्ये आणि कठपुतळ्यांची नाटके बसवण्यात येत असतात.

◆

परमेश्वराचा चेहरा

पांडवांचा वनवास आणि अज्ञातवास संपल्यानंतर ते आपल्या हक्काचं राज्य परत मागण्यासाठी दुर्योधनाकडे गेले; परंतु दुर्योधनानं त्यांची मागणी अमान्य केली. त्यानं पांडवांना दिलेल्या वचनाचा भंग केला. पांडवांच्या स्वत:च्या नितांतसुंदर इंद्रप्रस्थ नगराची त्यांच्या अनुपस्थितीत पूर्णपणे रया गेली होती. त्या देखण्या नगराच्या जागी एक लहानसं खेडेगाव शिल्लक उरलं होतं. पण तरीही राज्य परत मिळवण्यासाठी आपल्या चुलतभावांशी युद्ध पुकारण्याची पांडवांची इच्छा नव्हती. मग ते कृष्णाचा या बाबतीत सल्ला घेण्यासाठी त्याला भेटायला गेले.

"युद्धामुळे सर्वांचीच अपरिमित हानी होते. मलाही तुमचं म्हणणं पटतंय," कृष्ण म्हणाला, "माझ्याकडे एक उपाय आहे. मी तुमचा शांतिदूत बनून दुर्योधनाच्या दरबारी जातो. मी तुमच्यातील प्रत्येकासाठी एक याप्रमाणे पाच गावं त्यानं तुम्हाला द्यावी, अशी मागणी त्याच्यापुढे ठेवतो. आपण इंद्रप्रस्थ, सोनप्रस्थ, पाणीप्रस्थ, तिलाप्रस्थ आणि भीमस्थळ अशा पाच गावांची नावं सांगू. दुर्योधन खरंतर तुमचं इतकं देणं लागतो, की त्यापुढे ही पाच खेडी म्हणजे काहीच नाही. त्यामुळे मला वाटतं, तो ही मागणी नक्की मान्य करेल आणि हा प्रश्न सुटेल."

त्यानंतर आपण स्वत: पांडवांचा दूत म्हणून दरबारी हजर होत असल्याची वार्ता श्रीकृष्णानं दुर्योधनाला पाठवली. ते ऐकून दुर्योधनाची घाबरगुंडी उडून गेली. कृष्ण हा एक अत्यंत धोरणी असा राजकारणी मुत्सद्दी होता. तो एक कुशल वक्ता होता. तो कुणाचंही मन लीलया वळवू शकतो, अशी त्याची सर्वत्र ख्याती होती. आता जर या कृष्णानं आपल्या कुटुंबातील थोरामोठ्यांना पांडवांच्या हक्काविषयी पटवून दिलं, तर त्या पांडवांना आपलं अर्धं राज्य देण्यावाचून आपल्यासमोर काही तरणोपाय राहणार नाही, हे त्याला कळून चुकलं.

परंतु आपण किती महान आहोत, आपण आतिथ्यशीलतेच्या बाबतीत कसे

आहोत, हे दाखवून स्वत:चा मोठेपणा मिरवण्याची दुर्योधनाला हौस होती. त्यामुळे त्यानं या सन्माननीय अतिथीसाठी खास शाही मेजवानीचं आयोजन केलं.

ठरल्याप्रमाणे कृष्ण दुर्योधनाच्या दरबारात हजर झाला. दुर्योधनानं स्वत:च्या आधिपत्याखाली असलेल्या प्रदेशातील केवळ पाच गावांवर पाणी सोडून ती पांडवांच्या नावे करावी, असा प्रस्ताव कृष्णानं त्याच्यापुढे ठेवला. त्याला अर्धं राज्य तर द्यावं लागणार नव्हतं. त्या तुलनेत ही पाच गावं म्हणजे काहीच नुकसान नव्हतं.

दुर्योधनाचा जिवलग मित्र कर्ण त्याला म्हणाला, ''मला वाटतं, तू कृष्णाच्या या प्रस्तावाला मान्यता देऊन पाच गावं पांडवांच्या स्वाधीन करून टाक. त्यामुळे दोन्ही कुटुंबांमध्ये शांतता आणि सलोखा राहील.''

परंतु दुर्योधनानं त्याचं म्हणणं ऐकलं नाही. तो पांडवांचा इतका द्वेष करायचा, की त्यांना काहीही देण्याची त्याची इच्छा नव्हती. तो म्हणाला, ''हे कर्णा, उद्या तुला माझं अर्धं राज्य हवं असलं, तर मी ते हसत हसत तुला देईन; पण या पांडवांना काहीही देण्याची माझी इच्छा नाही. अगदी सुईच्या अग्रावर मावेल एवढी जमीनसुद्धा मी त्यांना देणार नाही. माझ्याकडून काहीही प्राप्त करण्याची त्यांची योग्यताच नाही.''

कृष्ण हे सर्व संभाषण शांतपणे ऐकत होता. तो दुर्योधनाचे वडील म्हणजेच राजा धृतराष्ट्राला म्हणाला, ''महाराज, आता कृपया तुम्ही हस्तक्षेप करा. तुम्ही जर तो केला नाही, तर जे महाविनाशकारी युद्ध घडून येईल, त्यासाठी केवळ तुम्हीच जबाबदार असाल. जर राज्यात शांतता असली, तरच राज्याची भरभराट होऊ शकते. त्यामुळे पांडवांच्या या प्रस्तावाला तुम्ही मान्यता द्यावी, अशी मी तुम्हाला विनंती करतो.''

राजा धृतराष्ट्र आपल्या मुलाकडे वळून त्याची समजूत घालण्याचा प्रयत्न करू लागला; पण त्याचा काहीही उपयोग झाला नाही. दुर्योधन काहीच ऐकून घेण्यास तयार नव्हता.

अखेर कृष्ण हताशपणे धृतराष्ट्राला म्हणाला, ''हे युद्ध थांबवण्यासाठी मला जे काही शक्य होतं, ते मी केलं. पण हे घडायचं तुमच्या नशिबातच आहे, हे आता मला कळून चुकलंय. आता पुढील काळात तुमच्या कुटुंबातील सर्वांची हत्या होईल. इतकंच नव्हे, तर क्षुल्लक कारणातून उद्‌भवणाऱ्या या युद्धात हजारो निरपराध व्यक्तींचे नाहक बळी जातील. ज्यांचा या गोष्टीशी तिळमात्रही संबंध नाही, अशा माणसांचे प्राण जातील. आणि या सर्व संहाराला फक्त तुम्ही जबाबदार असाल. आजवर ज्या सर्व मित्रमंडळींनी, स्नेहीजनांनी आणि सज्जनांनी तुमच्यावर प्रेम केलं, सदोदित तुमच्या पाठीशी उभे राहिले, त्यांच्या मृत्यूला तुम्ही कारणीभूत व्हाल. स्त्रिया आपल्या पतींना गमावतील, वृद्ध माता-पिता आपल्या तरुण मुलांना

गमावतील. पण यातून मला तरी काही सुटकेचा दुसरा मार्ग दिसत नाही.''

एवढं बोलून कृष्ण उठून उभा राहिला आणि हताशपणे म्हणाला, ''आता मला जायला हवं.''

''पण जाण्यापूर्वी भोजन तरी करून जा,'' दुर्योधन म्हणाला, ''मी आपल्यासाठी खास उत्तमोत्तम खाद्यपदार्थ बनवून घेतले आहेत.''

त्यावर कृष्ण म्हणाला, ''ज्या ठिकाणच्या लोकांविषयी तुमच्या मनात प्रेम आहे अशाच ठिकाणी भोजन करण्यात अर्थ आहे. किंवा मग तुमचा जीव जर भुकेनं व्याकूळ झाला असेल, तर भोजन करायला हवं. यांपैकी दोन्हीही मला जाणवत नसल्यामुळे मला आता इथून निघायला हवं.''

ते शब्द ऐकून दुर्योधनाचा अहंकार दुखावला. 'हा स्वत:ला समजतो तरी कोण?' त्याच्या मनात आलं. 'हा स्वत: गाईगुरांमध्ये वाढला. याच्याकडे स्वत:चं राज्यसुद्धा नाही. हस्तिनापूरच्या राजपुत्रानं केलेलं भोजनाचं निमंत्रण हा धुडकावून कसं काय लावू शकतो?'

दुर्योधनाच्या क्रोधावरचं नियंत्रण सुटलं. तो सेवकांना म्हणाला, ''याला पकडून कोठडीत टाका. माझ्या निमंत्रणाचा अव्हेर करण्याची याची हिंमत तरी कशी झाली?''

दुर्योधनाच्या सैनिकांनी ताबडतोब कृष्णाला चारही बाजूंनी घेरलं.

कृष्ण हसू लागला. तो म्हणाला, ''माझा जन्मच मुळी बंदिवासात झाला. पण तिथले पहारेकरी, साखळदंड, वादळी वारे, पाऊस, रात्रीचा काळोख यांपैकी कोणतीच गोष्ट माझ्या पिताजींना अडवू शकली नव्हती. त्या काळोख्या रात्री त्यांनी मला वृंदावनास पोहोचवलं होतं. ज्या ज्या व्यक्तींनी माझ्यावर विषप्रयोग केला किंवा अन्य कुठल्याही मार्गानं माझी हत्या करण्याचा प्रयत्न केला त्यांच्यावर मृत्यूनं घाला घातला. मी अनादी आणि अनंत आहे. माझ्यापाशी सर्व काही असूनही मी नि:संग आहे. मी सर्वसाक्षी आहे. या जगातील सृजन आणि संहार हे दोन्हीही मी पाहू शकतो. तू मला कैदेत टाकण्याचे कितीही प्रयत्न केलेस तरी ते तुला शक्यच होणार नाही.''

एवढं बोलून कृष्णानं स्वत:चा आकार वाढवण्यास सुरुवात केली. बघता बघता तो इतका मोठा झाला की त्याचं मस्तक राजसभेच्या छताला जाऊन टेकलं. उपस्थित सर्व जण आश्चर्यानं थक्क होऊन गेले. त्या क्षणी दरबार अत्यंत प्रखर अशा तेजानं भरून गेला. दुर्योधनाला आणि त्याच्या पहारेकऱ्यांना डोळे उघडे ठेवणं शक्य होईना.

फक्त कर्ण, भीष्माचार्य आणि द्रोणाचार्य या तिघांना मात्र कृष्णाचं ते मूळ रूप दिसू शकत होतं. त्या भगवान कृष्णाला अनेक मस्तकं आणि अनेक बाहू असून त्या

बाहूंमध्ये विविध अस्त्रं आणि इतर गोष्टी होत्या. त्यांना त्या ठिकाणी आणखी एक दृश्यसुद्धा दिसलं. एक महाभयंकर युद्ध त्यांनी पाहिलं आणि त्यातल्या प्रत्येकानं स्वत:चा मृत्यूसुद्धा पाहिला.

भीष्माचार्यांनी कृष्णाच्या चरणांवर मस्तक टेकलं.

त्यानंतर कुणालाही काही समजायच्या आतच कृष्णानं आपलं मानवी रूप परत धारण केलं आणि तो दरबारातून निघून गेला.

कर्ण मात्र कृष्णाच्या मागोमाग धावत बाहेर पडला आणि त्याला गाठून म्हणाला, "हे केशवा, तू कुणी सामान्य मनुष्यप्राणी नाहीस. खरंतर ही गोष्ट मला आधीपासूनच मनोमन जाणवत होती, पण आज मात्र तू खरा कोण आहेस, हे मला कळून चुकलं आहे. तू शब्दातीत, कल्पनातीत आहेस. तू सर्वत्र असूनही कुठेच नाहीस. मला तुझ्या या विश्वरूपाचं दर्शन घडलं, म्हणजे मी खरंच खूप भाग्यवान आहे. आता नजीकच्या भविष्यात एक महायुद्ध घडून येणार असून त्यात मी आणि सर्व जण मृत्युमुखी पडणार असल्याचं ज्ञान मला तुझ्यामुळेच झालं. मी माझ्या डोळ्यांनी भविष्यात घडणारं जे युद्ध पाहिलं, त्यात हेसुद्धा पाहिलं, की अर्जुनाच्या रथाचं सारथ्य तू करत होतास. मी स्वत: एक धनुर्धारी असलो तरी मीसुद्धा एका सारथ्याचाच पुत्र आहे. मग आजच्यापुरता मी तुझ्या रथाचा सारथी होऊ का? तुला जिथे जायचं असेल, तिथे मी आज तुला घेऊन जाईन.

कृष्ण जरा वेळ विचारात पडला. मग म्हणाला, "चल, आपण गंगातीरी जाऊ."

ते गंगेच्या तीरी पोहोचल्यावर कृष्ण म्हणाला, "कर्णा, तुझ्या भूतकाळामधल्या बऱ्याच गोष्टी तुला ठाऊक नाहीत. तुझं संगोपन जरी धृतराष्ट्र महाराजांचा सारथी, अधिरथ आणि त्याची पत्नी राधा यांनी केलं असलं, तरीही तूसुद्धा माझा भाऊच आहेस. माझी आत्या कुंती हिचा तू पुत्र आहेस. तू पांडवांचा सर्वांत मोठा भाऊ आहेस. त्यामुळेच तुझ्यात आणि पांडवांमध्ये साधर्म्य आहे."

एवढं बोलून कृष्ण जरा वेळ थांबला. हे नव्यानंच समजलेलं रहस्य पचवण्यासाठी त्यानं कर्णाला थोडा वेळ दिला.

आपलं संपूर्ण आयुष्य ढवळून टाकणारं सत्य अशा रीतीनं आपल्यापुढे येईल, याची कर्णानं कधीच कल्पना केली नव्हती. कुंतीला त्यानं काही वेळा पाहिलं होतं, पण ती पांडवांची आई आहे, एवढंच त्याला ठाऊक होतं. आत्ता अचानक त्याच्या पाठीतून एक जीवघेणी कळ येऊन गेली. ज्या पांडवांचा आपण आजवर इतका तिरस्कार करत आलो ते आपले भाऊ? ज्या अर्जुनाकडे आपण आपला कट्टर शत्रू म्हणून पाहत आलो, तो आपला भाऊ? दुर्योधनाच्या संरक्षणासाठी पांडवांशी लढायला कर्ण नेहमीच तयार असे. परंतु आता मात्र त्या विचारांनी त्याच्या

चेहऱ्याचा रंग उडून गेला.

परंतु कृष्णानं आत्ता जे काही सांगितलं, ते सत्य असणार याविषयी त्याच्या मनात तिळमात्रसुद्धा शंका नव्हती. कौरवांबरोबर राहूनसुद्धा त्याला त्यांच्यामध्ये आपण कुणीतरी परकेच आहोत, वेगळेच आहोत, असं नेहमी वाटायचं. परंतु आपण आपल्या मात्यापित्यांचे दत्तकपुत्र असू, असं मात्र आजवर कधी त्याच्या मनातही आलं नव्हतं. त्याच्या प्रेमळ मातापित्यांनी–अधिरथ व राधेनं–त्याला असं कधीच भासू दिलं नव्हतं. परंतु आत्ता कृष्णानं हे सत्य त्याच्यासमोर उलगडल्यामुळे त्याच्या आयुष्याविषयी त्याला पडलेली काही कोडी आपोआप सुटली.

त्यानं कृष्णाकडे पाहिलं. त्याच्या डोळ्यांत वेदना स्पष्ट उमटली होती. तो दुखावला गेला होता. ''कृष्णा, तू तरी हे सत्य मला आत्ता, युद्धाच्या आधी का सांगितलंस? मी ज्या लोकांशी शत्रुत्व करूच शकत नाही, त्यांच्यासमोर मी युद्धाला कसा काय उभा राहू? मला तर हरवून गेल्यासारखं वाटत आहे.''

कृष्ण त्याची समजूत काढत म्हणाला, ''सत्य हे सत्यच असतं. तू पांडवांचा वडीलबंधू आहेस, हे आता तुला समजलंय ना? मग आता तू पांडवांबरोबर त्यांच्यातला एक होऊन राहा. मला वाटतं, तुझ्यासाठी दुर्योधन पांडवांना त्यांचा न्याय्य हिस्सा द्यायला तयार होईल, तो पांडवांचा नेता तुलाच बनवेल. पांडव अत्यंत आज्ञाधारक आहेत. ते तुझं आधिपत्य स्वीकारतील. हे युद्ध होऊ न देणं आता फक्त तुझ्याच हाती आहे.''

कृष्णाच्या या अजब तर्कशास्त्रापुढे कर्ण स्तंभित झाला. ''कृष्णा, तू हे मला काय करायला सांगतो आहेस? मी अशी बाजू बदलणार नाही. दुर्योधनाचं वागणं चुकीचं आहे हे जरी मला माहीत असलं, तरी तो माझा जिवलग मित्र आहे. त्याची कुठलीही इच्छा मला शिरोधार्य आहे. तू माझा मृत्यू इथे मला दाखवलास. तेच माझं प्रारब्ध आहे. माझी सद्सद्विवेकबुद्धी मला जो मार्ग दाखवेल, त्याच मार्गावरून मी जाईन. तुला आणखी कुठे जायचं असलं तर सांग. मी तुला तिकडे घेऊन जाईन.''

कर्णाचा नकार ऐकून कृष्ण निराश झाला. परंतु आपला जिवलग मित्र दुर्योधन याच्यावर कर्णाची जी निस्सीम भक्ती होती, त्याबद्दल त्याला कर्णाचा आदरही वाटला. तो म्हणाला, ''तू मला दुपारच्या जेवणासाठी विदुराकडे घेऊन चल.''

त्याचं बोलणं ऐकून कर्ण बुचकळ्यात पडला. तो म्हणाला, ''मी एक प्रश्न विचारू?''

कृष्णानं होकार दिला.

''तू दुर्योधनाच्या घरच्या पंचपक्वान्नांकडे पाठ फिरवून विदुराच्या घरी भोजनाला चालला आहेस. असं का?''

''विदुर माझा सखा आहे. तो माझ्याशी अत्यंत प्रेमानं, कनवाळूपणे वागतो.

दुर्योधनाच्या घरच्या पंचपक्वांनांपेक्षा विदुराच्या समवेत केलेलं साधंसुधं जेवण मला अधिक प्रिय आहे. मला जेवणाची भूक नसून मी प्रेमाचा भुकेला आहे,'' कृष्ण स्मितहास्य करत म्हणाला.

दुर्योधनाच्या दरबारात कृष्णानं स्वत:च्या मूळ रूपात प्रकट होऊन दर्शन दिलं. यालाच विश्वरूपदर्शन असं म्हणतात.

◆

आगळावेगळा योद्धा

देवव्रत हा गंगा आणि शंतनू यांचा पुत्र. पुढे यालाच लोक भीष्म म्हणून ओळखू लागले. त्यानं आजन्म ब्रह्मचर्यपालनाची शपथ घेतली होती.

शंतून आणि सत्यवती यांचा मुलगा, म्हणजेच भीष्माचा सावत्र भाऊ विचित्रवीर्य जेव्हा विवाहयोग्य झाला, तेव्हा त्याच्यासाठी सुयोग्य वधू शोधण्याची जबाबदारी भीष्मानं स्वत:च्या शिरावर घेतली. काशीच्या तीन राजकन्या– अंबा, अंबिका आणि अंबालिका यांचं स्वयंवर होणार असल्याची वार्ता भीष्माच्या कानी पडली. त्यामुळे आपल्या या भावाच्या वतीनं त्या स्वयंवराला उपस्थित राहण्याचं भीष्मानं ठरवलं.

स्वयंवराचा दिवस उजाडला. स्वयंवर ज्या दरबारात होणार होतं, त्या ठिकाणी भीष्मानं पदार्पण करताच सर्वत्र शांतता पसरली. त्या स्वयंवरासाठी देशोदेशीचे राजपुत्र तेथे आले होते. भीष्माला पाहून ते खूप अस्वस्थ झाले. भीष्माच्या शौर्यापुढे कुणाचाच टिकाव लागणं शक्य नव्हतं.

भीष्मानं तिथे दरबारातच घोषणा केली, ''मी या तीनही कन्यांना माझ्याबरोबर हस्तिनापुरास घेऊन जात आहे. तिथे मी चंद्रवंशाचा सध्याचा राजा असलेला माझा भाऊ विचित्रवीर्य याच्याशी त्यांचा विवाह लावून देणार आहे. ज्या कुणाचा विरोध असेल त्याच्याशी लढण्यास मी तयार आहे.''

परंतु भीष्माशी दोन हात करण्याचं धैर्य कुणाकडेच नव्हतं. काशीचा राजाही इतका भयभीत झाला होता, की त्यानं काही विरोध दर्शवला नाही. त्यानं आपल्या तीनही कन्यांची भीष्माबरोबर पाठवणी केली.

ते सर्व जण हस्तिनापुरास निघालेले असताना सर्वांत मोठी कन्या अंबा अचानक भीष्माला म्हणाली, ''मी तुमच्या बंधूंशी विवाह करू शकत नाही. सौबला नगरीचे राजपुत्र शाल्व यांच्यावर माझं प्रेम आहे. त्यांच्याही मनात माझ्याविषयी याच भावना आहेत, हे मी जाणते. मी त्यांनाच वरमाला घालणार होते; परंतु तुम्ही येऊन

माझं मतसुद्धा न विचारता माझं अपहरण केलंत.''

अंबेचे हे शब्द ऐकून भीष्म आश्चर्यचकित झाला. अंबेच्या मनात दुसऱ्या कुणाशी विवाह करण्याचा विचार असेल, ही शक्यताच त्यानं गृहीत धरली नव्हती. 'माझ्या हातून फार मोठा प्रमाद घडला,' त्याला वाटू लागलं. तो रथ थांबवून तिला म्हणाला, ''तू स्वयंवराच्या वेळीच ही गोष्ट मला सांगायला हवी होतीस. मी फक्त तुझ्या बहिणींनाच माझ्याबरोबर घेतलं असतं आणि तुला तुझ्या मनाप्रमाणे विवाह करता आला असता.''

मग तो अंबिका आणि अंबालिका यांच्याकडे वळून म्हणाला, ''तुमचं दोघींचं काय?''

पण त्यांनी नकारार्थी मान हलवली.

मग भीष्मानं आपल्या एका सेवकाच्या हाती अंबिकेची सौबला नगरीकडे पाठवणी केली.

भीष्माला धन्यवाद देऊन अंबा निघाल्यावर तो अंबिका व अंबालिकेला घेऊन पुढील प्रवासाला निघाला.

सौबला नगरीकडे जात असताना अंबेला असंच वाटत होतं, की आपल्याला पाहून राजपुत्र शाल्व हा हर्षभरित होईल. परंतु तिला समोर पाहताच राजपुत्र शाल्व म्हणाला, ''मी आता तुझा स्वीकार करू शकत नाही. तू आता भीष्माची झालीस. मी एक योद्धा आहे. मी भीष्मासमोर उभं ठाकून त्याच्याशी दोन हात करायला हवं होतं; पण मी तिथे काहीही न करता नुसता बसून राहिलो. आता या अशा प्रकारे मी तुझ्याशी विवाह करणं योग्य नाही. मला क्षमा कर.''

त्याचं बोलणं ऐकून अंबा थक्क झाली. ती अत्यंत अस्वस्थ झाली आणि पराकोटीची संतप्त झाली. 'मी आता कुठे जाऊ?' तिनं विचार केला, 'मी पितृगृही परत जाऊ शकत नाही. एकदा कन्येचा विवाह झाला, की तिनं पितृगृही परत जाता कामा नये अशी आपल्या घराण्याची परंपरा आहे. तिनं काहीही झालं तरी तिच्या पतीबरोबरच राहायला हवं. मला आता भीष्माकडे परत जायला हवं.'

इकडे हस्तिनापुरात विचित्रवीर्याचा अंबिका आणि अंबालिका यांच्याशी विवाह झाला होता. नगरात जल्लोष चालू होता.

अंबेला हस्तिनापुरात आलेलं पाहून भीष्म आश्चर्यचकित झाला. आपल्याला कोणत्या परिस्थितीत हस्तिनापुराला यावं लागलं, हे तिनं त्याला समजावून सांगितलं. ती म्हणाली, ''राजपुत्र शाल्व माझ्याशी विवाह करण्यास तयार नाही. मलाही तुमचे बंधू विचित्रवीर्य यांच्याशी विवाह करायचा नाही. माझ्या स्वयंवर मंडपातून तुम्हीच माझं अपहरण केलंत, तेव्हा तुम्हीच आता पत्नी म्हणून माझा स्वीकार केला पाहिजे. ते तुमचं कर्तव्यच आहे.''

तिचं ते तर्कशास्त्र ऐकून भीष्म अचंबित झाला, ''मी तर आजन्म ब्रह्मचर्यव्रताचं पालन करण्याची शपथ घेतली आहे, हे साऱ्या जगाला माहीत आहे. मी तर तुझ्याशी विवाह करण्याचा प्रश्नच येत नाही. मी स्वत: राजपुत्र शाल्वशी बोलू का? या बाबतीत मी तुला कोणतीही मदत करायला तयार आहे. किंवा तुझी जर दुसऱ्या कुणाशी विवाह करण्याची इच्छा असली, तरी तुझ्या वतीनं मी त्या पुरुषाशी बोलणं करीन,'' भीष्म म्हणाला.

परंतु अंबा मात्र काहीच ऐकून घेण्याच्या मन:स्थितीत नव्हती. भीष्मानं आपल्याशी विवाह केला पाहिजे, हा हट्ट सोडायला ती अजिबात तयार नव्हती.

अखेर संतप्त होऊन अंबा राजप्रासादातून बाहेर पडली आणि थेट अरण्यात गेली. महर्षी परशुराम यांचा भीष्म हा शिष्य आहे, हे तिला माहीत होतं. तो आपल्या गुरूंच्या आज्ञेत आहे, याचीही तिला कल्पना होती. त्यामुळे ती परशुरामांकडे गेली. तिनं आपली सर्व कहाणी त्यांना सांगितली.

परशुरामांनी भीष्माला निरोप पाठवला, ''भीष्मा, तुला अंबेशी विवाह करावाच लागेल. तिच्या या परिस्थितीला तूच कारणीभूत आहेस. ही माझी आज्ञा आहे.''

भीष्म तत्काळ आपल्या गुरूंच्या भेटीला गेला. त्यानं त्यांना स्वत:ची बाजू समजावून सांगितली. तो त्यांच्यापुढे नतमस्तक होऊन नम्रपणे म्हणाला, ''गुरुजी, तुम्हाला हवं तर इथल्या इथे तुम्ही माझा शिरच्छेद करा; पण मी भीष्म आहे आणि मी ब्रह्मचर्यपालनाची शपथ घेतलेली असून कोणत्याही परिस्थितीत तिचा भंग करू शकत नाही. मी कुणाशीही विवाह करू शकत नाही.''

परशुराम शीघ्रकोपी असल्यामुळे त्यांनी भीष्माला त्यांच्याशी लढण्याचं आव्हान दिलं. भीष्मानं ते स्वीकारलं.

गुरू आणि शिष्य यांच्यात लढत झाली, पण गुरू शिष्याला हरवू शकले नाहीत.

अखेर परशुराम अंबेकडे वळून म्हणाले, ''मला क्षमा कर. मला जे काही करणं शक्य होतं, ते सर्व मी केलं. पण भीष्म हा या पृथ्वीतलावरचा महान योद्धा आहे. मला आज माझ्याच शिष्याकडून पराभव पत्करावा लागला, याचा मला अभिमान वाटतो. आता तुझा मार्ग तुलाच शोधावा लागेल.''

एवढं बोलून महर्षी परशुराम आपल्या ध्यानधारणेला बसले.

भीष्म परत अंबेला म्हणाला, ''कृपा कर. नियतीनं आपल्या दोघांच्या जीवनात हा जो डाव टाकला आहे, त्याला सामोरी जा.''

परंतु अंबा त्याचं काहीच ऐकून घेण्यास तयार नव्हती. ती अश्रू ढाळत म्हणाली, ''तुम्ही माझ्या आयुष्याचा सर्वनाश केलात. आता तुमच्या मृत्यूला मी कारणीभूत होईन हा माझा शाप आहे.''

घडलेल्या घटनेनं व्यथित होऊन भीष्म आपल्या राजधानीस परत गेला. अंबेनं घोर तपश्चर्येस प्रारंभ केला. तिनं अनेक वर्षं तप केल्यावर भगवान शंकर प्रसन्न होऊन तिच्यासमोर प्रकट झाले. तिची नेमकी काय इच्छा आहे असं त्यांनी तिला विचारताच ती म्हणाली, "भीष्माच्या मृत्यूस मी जबाबदार ठरावं, ही माझी इच्छा आहे."

भगवान शंकर अंबेला 'तथास्तु' म्हणाल्यावर लगेच ती मरण पावली.

त्यानंतर राजा द्रुपदाच्या पोटी अंबाने तृतीयपंथी शिखंडी म्हणून जन्म घेतला.

पुढे बरीच वर्षं लोटली. महायुद्धाला तोंड फुटलं.

युद्धाच्या वेळी कृष्ण पांडवांच्या बाजूनं उभा राहिला, पण त्यानं हाती शस्त्र न धरण्याचा निर्णय घेतला होता.

युद्धसमयी हाती शस्त्र न धरण्याच्या या प्रतिज्ञेविषयी भीष्माचार्यांना जेव्हा समजलं, तेव्हा ते त्याला म्हणाले, "कृष्णा, या युद्धात तू प्रत्यक्ष लढणार नाहीस, हाती शस्त्र घेणार नाहीस हे मी ऐकलं आहे; पण तू हाती शस्त्र नक्कीच घेशील, हे मी तुला सांगतो."

"नाही, मी हाती शस्त्र घेणार नाही," कृष्ण म्हणाला.

त्यानंतर नियतीच्या मनात जसं होतं, तसंच सारं घडत गेलं.

काही दिवसांत प्रत्यक्ष युद्ध सुरू झालं. तत्पूर्वी काही नियम व संकेत ठरवण्यात आले. दोन्ही पक्षांनी त्यांचं पालन करण्याची शपथ घेतली. या युद्धात कोणत्याही सारथ्याला इजा करण्यात येऊ नये अथवा त्याची हत्या करण्यात येऊ नये, असा नियम करण्यात आला. युद्ध रोज सूर्योदयाला सुरू होऊन ते सूर्यास्ताच्या वेळी त्या दिवसापुरतं संपवण्यात येईल असं ठरलं. रात्रीच्या वेळी दोन्ही पक्षाच्या योद्ध्यांना एकमेकांच्या तंबूमध्ये भेटीगाठीसाठी येण्याची परवानगी देण्यात आली.

पहिल्याच दिवशी भीष्माचार्यांच्या बाणांचा अर्जुनावर वर्षाव झाला. त्यातले काही बाण कृष्णालाही लागले. कृष्णानं मोठ्या कौशल्यानं अर्जुनाच्या रथाचं सारथ्य करून या बाणांच्या वर्षावापासून अर्जुनाचं रक्षण केलं.

परत एकदा एक बाण येऊन थेट कृष्णाला लागला. हे युद्धाच्या नीतिनियमांविरुद्ध होतं. कृष्ण संतप्त झाला. त्यानं रथातून खाली उतरून आपल्या हातातील सुदर्शन चक्र भीष्माचार्यांच्या दिशेनं रोखलं. तो स्वत:शीच म्हणाला, "मी हाती शस्त्र न धरण्याच्या माझ्या प्रतिज्ञेचा भंग करत आहे, हे जरी खरं असलं, तरी युद्धाच्या संकेताचा भंग केल्याबद्दल मी भीष्माचार्यांचा आज वध करणार."

भीष्माचार्यसुद्धा आपल्या रथातून खाली उतरले. ते कृष्णासमोर हात जोडून म्हणाले, "देवा, आज तुम्ही मला मृत्यूचं वरदान द्या आणि मला या पृथ्वीतलावरील सर्वांत सुखी पुरुष करा. आज तुम्ही माझ्यासाठी हाती शस्त्र धरलंत, याचा मला खूप

आनंद होत आहे. मला परमेश्वराच्या दोन अवतारांशी सामना करण्याचं भाग्य लाभलं. एक म्हणजे गुरू परशुराम आणि दुसरे तुम्ही. मला जर आज तुमच्या हातानं मरण आलं, तर मी नक्की स्वर्गात जाईन.

कृष्णाला त्याची चूक उमगली. युद्धाचा काही काळ आधी त्याचं भीष्माचार्यांशी जे संभाषण झालं होतं, ते त्याला आठवलं. आपण आपल्या सुदर्शन चक्राचा या युद्धभूमीवर प्रयोग करावा यासाठी भीष्माचार्य मुद्दामच आपलं मन वळवण्याचा प्रयत्न करत आहेत, हे त्याला कळून चुकलं. "ते शक्य नाही. तुमचा मृत्यू निराळ्या पद्धतीनं होणार आहे. तेच तुमचं प्राक्तन आहे," असं म्हणून तो परत रथारूढ झाला आणि अर्जुनाचं सारथ्य करू लागला.

भीष्माचार्य हे एक अतुलनीय योद्धे होते. त्यांनी एकट्याने पांडवांच्या सेनेचा एक प्रचंड मोठा हिस्सा जमीनदोस्त केला. पांडव चिंताग्रस्त झाले. हे जर असंच सुरू राहिलं, तर काही दिवसांत आपल्याकडे एकसुद्धा लढवय्या शिल्लक उरणार नाही, अशी भीती त्यांना वाटू लागली.

कृष्णानं युधिष्ठिराला बोलावून सांगितलं, "तू तुझे चुलत आजोबा भीष्माचार्य यांना जाऊन भेट आणि त्यांचे आशीर्वाद घे."

कृष्ण नेमकं कशासाठी आपल्याला भीष्माचार्यांकडे पाठवत आहे, हे युधिष्ठिराला समजेना. परंतु त्याची कृष्णावर गाढ श्रद्धा होती. त्यामुळे सूर्यास्तानंतर युद्धबंदी झाल्यावर तो शत्रूंच्या तंबूमध्ये गेला. युद्ध सुरू झाल्यापासून तो भीष्माचार्यांना भेटलेला नव्हता. परंतु आता तो त्यांचा शत्रू म्हणून भेटायला जात नव्हता, तर त्यांचा नातू म्हणून जात होता.

त्याला पाहून भीष्माचार्यांना आनंद झाला. युधिष्ठिरानं त्यांना वंदन केलं, चरणस्पर्श केला, तेव्हा त्यांच्या तोंडून आशीर्वाद बाहेर पडला, "विजयी भव."

आता या योग्य संधीचा वापर करून युधिष्ठिर म्हणाला, "पितामह, तुम्ही माझ्या शत्रूच्या बाजूनं उभे असताना मी विजयी कसा काय होऊ शकणार? तुम्हीच जर आमच्या विरोधात उभे असाल, तर आम्ही विजय कधीच प्राप्त करू शकणार नाही."

भीष्माचार्यांनी स्मितहास्य केलं. ते म्हणाले, "परंतु माझ्यासमोर जोपर्यंत समोरच्या पक्षातून पुरुष लढण्यासाठी उभे आहेत, तोपर्यंत मला दुर्योधनाच्या बाजूनं लढत राहावंच लागणार."

युधिष्ठिरानं मानेनं होकार दिला. तो काय समजायचं ते समजला. 'याचा अर्थ एकच होता– भीष्माचार्य पुरुषांशीच फक्त लढणार होते. जो पुरुष नाही, त्याच्याशी ते लढणार नव्हते.'

तो जेव्हा त्यांचा निरोप घेऊन परत जाण्यासाठी वळला, तेव्हा भीष्माचार्य

म्हणाले, ''तुला माझ्याकडे कृष्णानंच पाठवलं आहे, याबद्दल मला मुळीच शंका नाही. माझा युद्धात पाडाव कसा करायचा, हे जाणून घेण्यासाठीच त्यानं हे केलं आहे. तो प्रत्यक्ष युद्धामध्ये लढत नसला तरी युद्धाची सर्व धोरणं तोच ठरवतो.''

परंतु आपला पराभव कसा करता येणं शक्य आहे, हे रहस्य युधिष्ठिरापुढे उलगडल्यानंतरही भीष्माचार्यांना त्याबद्दल मुळीच दु:ख झालं नाही.

युधिष्ठिर ती माहिती घेऊन कृष्णाकडे गेला. कृष्ण ताबडतोब शिखंडीकडे वळून म्हणाला, ''उद्या तू भीष्माचार्यांच्या थेट समोर जाऊन उभा राहा. त्याला तुझ्यापाठीमागे असलेला अर्जुन अजिबात दिसणार नाही, याची काळजी घे. तुला फक्त इतकंच करायचं आहे. आणखी काहीच नाही.''

दुसऱ्या दिवशी सकाळी शिखंडी भीष्माचार्यांच्या समोर जाऊन उभा राहिला. तो नक्की कोण होता, हे भीष्माचार्यांना मनोमन उमगलं– ही पूर्वजन्मीची अंबा होती. भीष्माचार्यांच्या मृत्यूची नांदी घेऊनच ती जन्माला आली होती. भीष्माचार्यांनी शरणागती पत्करली. त्यांनी शिखंडीशी लढणं नाकारलं. ते रणभूमीवर निश्चल उभे राहिले.

कृष्ण याच क्षणाची वाट पाहत होता. आता भीष्माचार्यांचा वध करण्याची वेळ आली असल्याचं त्यानं अर्जुनाला सांगितलं; परंतु अर्जुनाचे डोळे अश्रूंनी भरून आले.

''तुला जर या युद्धात विजयी व्हायचं असेल, तर हा एकमेव मार्ग आहे. नाहीतर तुझा पराभव निश्चित आहे,'' कृष्ण ठामपणे म्हणाला.

थरथरत्या हातांनी अर्जुनानं भारलेल्या मन:स्थितीत बाणांचा वर्षाव केला. अखेर भीष्माचार्य भूमीवर बाणांच्या शय्येवर कोसळले.

अंबेचा प्रतिशोध पूर्ण झाला.

◆

कृष्ण एक महान मुत्सद्दी

जरासंध

मगध देशाचा राजा बृहद्रथ याला दोन राण्या होत्या. त्या जुळ्या बहिणी होत्या. त्यांच्या विवाहाला कित्येक वर्षं लोटली तरीसुद्धा त्यांच्या पोटी संतान नव्हतं. त्या कारणाने राजा बृहद्रथ सतत दु:खी असायचा. काय केल्यानं आपल्याला पुत्रप्राप्ती होईल, याच विचारात तो सतत मग्न असायचा.

एक दिवस त्याची चंडकौशिक मुनींशी गाठ पडली. राजाच्या दु:खाचं कारण समजताच मुनींनी त्याला एक उपाय सुचवला. त्यांनी राजा बृहद्रथाच्या हातात एक मंतरलेलं फळ दिलं. राजाला दोन राण्या होत्या याची त्यांना काहीच कल्पना नव्हती. ते राजाला म्हणाले, "हे फळ तुझ्या राणीला खाऊ घाल. काही दिवसांतच तिला गर्भ राहील."

परंतु राजा बृहद्रथाचं आपल्या दोन्ही राण्यांवर सारखंच प्रेम होतं. त्यामुळे त्यातल्या कुणा एकीलाच ते फळ देऊन दुसरीवर अन्याय करणं त्याला पटत नव्हतं. मग त्यानं त्या फळाचे दोन भाग करून दोघींमध्ये समान वाटणी केली.

काही दिवसांतच दोघींच्याही पोटी गर्भ राहिला. राज्यात सर्वत्र आनंदीआनंद झाला. नऊ महिन्यांनंतर दोन्ही राण्या एकाच वेळी प्रसूत झाल्या. परंतु दोघींच्या पोटी अर्ध अर्ध बालक जन्माला आलं. जणू काही एक बालक उभं चिरून त्याचा एकेक भाग एकेकीच्या पोटी आला असावा, असंच ते दृश्य होतं. ती अर्धबालकं निश्चेष्ट पडून होती. ते चमत्कारिक दृश्य पाहून राजा भयभीत झाला. त्याला काय करावं ते सुचेना. मग त्यानं आपल्या विश्वासातील माणसांना बोलावून घेतलं आणि ते दोन्ही मांसाचे गोळे दूर अरण्यात फेकून येण्यास सांगितलं.

त्यावर ती माणसं आज्ञाधारकपणे त्या अर्धबालकांना दूरवर रानात फेकून

आली. त्यांनी त्या बालकांना जिथे फेकलं होतं, तिथे राक्षसांची वस्ती होती. तिथे जरा नावाची एक राक्षसीण राहत होती. तिला जवळपास कुठूनतरी मानवी रक्तामांसाचा वास आल्यामुळे ती झाडाझुडपात शोध घेऊ लागताच तिला ही दोन अर्धबालकं सापडली. तिनं एकेका हातात एकेका बाळाला उचलून घेतलं. राजाच्या पोटी अशा प्रकारची चमत्कारिक अर्धबालकं जन्माला आल्याचं तिच्या कानावर आलंच होतं. हाती घेतलेल्या त्या अभागी जिवाकडे निरखून बघत असताना तिचं अंत:करण द्रवलं. तिनं त्या दोन अर्धबालकांना एकमेकांजवळ आणताच अचानक त्यांचे देह जुळून त्यांच्यापासून एक बालक तयार झालं व ते मोठ्यांदा रडू लागलं.

त्या लहानग्या बालकाला खाऊन टाकावंसं तिला वाटेना. मग ती त्या राजपुत्राला घेऊन राजधानीत जाऊन राजाला भेटली. तिला दोन निश्चेष्ट अर्धे देह कसे सापडले आणि तिनं ते जोडल्यावर त्यातून एक बालक कसं निर्माण झालं याची हकिकत तिनं राजा बृहद्रथाला सांगितली.

राजाला तिचे कोणत्या शब्दांत आभार मानावे, ते कळेना. तो म्हणाला, ''तू माझ्या या पुत्राला अशा प्रकारे जोडून जिवंत केलंस, तेव्हा तुझ्याविषयीच्या कृतज्ञतेचं प्रतीक म्हणून मी याचं नाव 'जरासंध' असं ठेवत आहे.''

जरासंध मोठा झाल्यावर महाशक्तिशाली राजा बनला. परंतु दुर्दैवाची गोष्ट अशी की तो एक क्रूरकर्मा होता. त्यानं आपल्या निष्ठुर महात्त्वाकांक्षेच्या बळावर आपल्या वडिलांकडून मिळालेल्या राज्याचा खूप विस्तार केला. त्यानं स्वत:सारख्याच दुष्ट व अनीतिमान लोकांचा घोळका स्वत:भोवती जमा केला होता. चेदी राज्याचा राजा शिशुपाल हा त्यांपैकीच एक होता. जरासंधाच्या राजज्योतिष्यानं त्याला असं सांगितलं होतं, की त्यानं जर शंभर राजांना पकडून ठार मारलं, तर त्याला आणखी कित्येक राज्यं स्वत:च्या राज्याला जोडून त्याचा विस्तार करता येईल आणि त्यानंतर लोक त्याला सम्राट म्हणून ओळखू लागतील. जरासंधाची हस्तिनापूरच्या राज्यकर्त्यांप्रमाणेच सुप्रसिद्ध होण्याची इच्छा होती. त्यानं आपल्या दुष्ट मित्रांच्या मदतीनं काही वर्षांच्या कालावधीत सोळा हजारांहून अधिक सुंदर कन्यांना पकडून तुरुंगात डांबून ठेवलं होतं.

त्याला स्वत:ला जुळ्या मुली होत्या. त्यांची नावं होती अस्ती आणि प्राप्ती. त्यानं त्यांचा विवाह मथुरेचा राजा कंस याच्याशी लावून दिला होता. कंसाच्या भाच्यानं, म्हणजेच श्रीकृष्णानं कंसाचा वध केल्यानंतर जरासंधाच्या मुली अस्ती आणि प्राप्ती विधवा होऊन माहेरी परत आल्या. संतप्त झालेल्या जरासंधानं आपल्या जावयाच्या मृत्यूस कारणीभूत झालेल्या कृष्णाचा सूड घेण्याची प्रतिज्ञा केली.

तो आपलं सैन्य घेऊन मथुरेत दाखल झाला. त्या वेळी मथुरेवर कृष्णाचं राज्य होतं. जरासंधाची सेना प्रबळ होती. तिच्यापुढे आपला टिकाव लागणं शक्यच नाही,

याची कृष्णाला पुरेपूर कल्पना होती. त्यामुळे त्यानं आपली राजधानी सोडून आपल्या प्रजेला घेऊन पळ काढायचं ठरवलं. "आपण सर्वांनी दुसरीकडे कुठेतरी जाऊन नवीन राज्य वसवू या," असं त्यानं प्रजेला सांगितलं. त्याच्या भक्तांना ते पटेना. त्याला या निर्णयापासून परावृत्त करण्याचा सर्वांनी प्रयत्न केला, "पळून जाणं हा भेकडपणा आहे," सर्व जण कृष्णाला म्हणाले, "आपल्या देशासाठी शेवटपर्यंत लढत राहणं, हे आपलं कर्तव्य आहे, महाराज. जर तुम्ही आत्ता असे पळून गेलात, तर इतिहास तुम्हाला एक थोर मुत्सद्दी म्हणून न ओळखता एक भेकड म्हणून ओळखेल."

त्यावर कृष्ण गूढपणे हसून म्हणाला, "लोक मला काय म्हणून ओळखतील, हे आत्ता महत्त्वाचं नाही. जरासंधाच्या प्रबळ सेनेसमोर आपला पराभव निश्चित आहे. मी माझ्या स्वतःच्या सैनिकांना असं मृत्यूच्या तोंडी देऊ शकत नाही. त्यापेक्षा मला लोकांनी पुढे भित्रा, भेकड म्हणून ओळखलं, तरी हरकत नाही."

मग कृष्णानं आपल्या प्रजेला समुद्राकाठी असलेल्या एका ठिकाणी नेलं आणि तिथे आपली नवी राजधानी वसवली. तीच द्वारका.

जरासंध मथुरेवर स्वारी करायला जाऊन तर पोहोचला पण जरा उशिरा. कारण राज्यात चिटपाखरूही नव्हतं. संतप्त होऊन जरासंधानं मथुरेला आग लावून दिली आणि तो स्वतःच्या राज्यात परतला.

परंतु त्याच्या मनातली सुडाची भावना मात्र अजूनही शमली नव्हती. तशाच मनःस्थितीत तो शिशुपालाकडे गेला. शिशुपाल हा श्रीकृष्णाचा आतेभाऊ. जरासंधानं मनोमन एक कट रचला. त्यानं मुद्दामच शिशुपालाला विदर्भ देशाची राजकन्या रुक्मिणी हिच्याशी विवाह करण्याचा सल्ला दिला. जर हा विवाह संपन्न झाला असता, तर जरासंधाच्या सेनेला अगदी विनासायास पाहिजे तेव्हा विदर्भ देश पार करून पलीकडे जाता आलं असतं. परंतु जरासंधाच्या दुर्दैवानं त्याचा हा बेत फसला, कारण रुक्मिणी श्रीकृष्णाच्या प्रेमात पडली आणि तिनं त्याच्याशी विवाह केला.

आता तर जरासंधाप्रमाणे शिशुपालानंसुद्धा श्रीकृष्णाला आपला कट्टर शत्रू मानण्यास सुरुवात केली.

कृष्णानंसुद्धा या जरासंधाचा कायमचा काटा काढण्याची एक योजना बनवली. युधिष्ठिर जेव्हा हस्तिनापुराच्या गादीवर बसला तेव्हा त्यानं राजसूय यज्ञ करण्याचं ठरवलं. या वेळी अर्जुन आणि भीमाच्या मदतीनं युधिष्ठिरानं जरासंधाचा कायमचा बंदोबस्त करावा, असं कृष्णानं त्याला सुचवलं. त्यानुसार श्रीकृष्ण, अर्जुन आणि भीम हे तिघंही गरीब ब्राह्मणांचा वेष धारण करून जरासंधाच्या राजगृह या राजधानीत दाखल झाले.

जरासंध हा निस्सीम शिवभक्त होता. तो रोज शिवाची पूजा करत असे आणि त्या पूजेनंतर तिथे जमलेल्या प्रजाजनांच्या सर्व इच्छा तो पूर्ण करत असे. अर्जुन, भीम आणि श्रीकृष्ण गरीब ब्राह्मणांच्या रूपात पूजेनंतर जरासंधाकडे गेले.

"मला तुमच्याकडून काहीच नको. धनधान्य नको, अगदी तुमचं राज्यसुद्धा नको. मला तुमच्याबरोबर कुस्ती खेळायची आहे," भीम म्हणाला.

जरासंधाला ती मागणी विचित्र वाटली; पण तरीही ती मान्य करून तो म्हणाला, "ठीक आहे. मी तुमची ही इच्छा पूर्ण करीन. पण तुमच्यापैकी कुणाबरोबर कुस्ती खेळायची, हे मी ठरवीन."

जरासंधाने तिघांकडे निरखून पाहिलं. केवळ भीमाचीच अंगयष्टी एखाद्या कुस्तीपटूला साजेशी होती. त्यामुळे त्यानं भीमाची निवड केली. परंतु जरासंध बुद्धिमान होता. त्यामुळे त्या तिघा ब्राह्मणांचे नीट निरीक्षण केल्यावर ते नक्की कोण आहेत, हे त्याच्या लक्षात आलं. तो म्हणाला, "तुम्ही कुणी सामान्य माणसं नाही, हे मला माहीत आहे. तुम्ही कृष्ण, अर्जुन आणि भीम आहात. पण तुम्हाला माझ्याशी कुस्तीच खेळायची आहे ना? मग ती होईल. मी आधी भीमाचा पराभव करीन. त्यानंतर राहिलेल्या दोघांचं काय करायचं, ते मी ठरवीन."

त्यानंतर पुढचे चौदा दिवस सूर्योदयापासून ते सूर्यास्तापर्यंत ही कुस्ती चालली होती. भीम आणि जरासंध तुल्यबळ असल्यामुळे, नक्की विजय कुणाचा होईल, हे काही सांगताच येत नव्हतं.

परंतु जरासंधाच्या जन्माची कथा श्रीकृष्णाला ठाऊक होती. त्या ज्ञानाचा वापर करून पुढच्या सामन्यात भीमाला विजय मिळवून देण्याचं त्यानं ठरवलं. भीम व जरासंध एकमेकांशी कुस्ती खेळत असताना त्यानं गवताची एक काडी उचलून ती उभी चिरून ते दोन तुकडे भीमाला दाखवले. भीमाच्या ते लक्षात आलं. त्यानं जरासंधावर प्रहार करून त्याच्या शरीराचे दोन उभे तुकडे केले. पण ते दोन भाग तत्क्षणीच जुळले आणि जरासंध जिवंत झाला.

श्रीकृष्णानं भीमाला खूण करून त्याचं लक्ष वेधून घेतलं. भीमानं जरासंधाचे दोन उभे तुकडे केल्यानंतर ते दोन तुकडे परस्पर विरुद्ध दिशांना दूर फेकून द्यावे, असं त्यानं त्याला सुचवलं. भीमानं अगदी तसंच केलं. त्यानं जरासंधाचे दोन उभे तुकडे करून ते एकमेकांपासून दूर फेकून दिले. अशा रीतीनं जरासंध मरण पावला.

त्यानंतर कृष्णानं जरासंधाच्या कैदेतील सर्व स्त्रियांची व राजांची मुक्तता केली. मग त्यानं मगध देशाच्या राजगादीवर जरासंधाचा पुत्र सहदेव याला बसवलं. आपल्याला जरासंधाचं राज्य जिंकून घेण्यात काहीही रस नसून केवळ दुष्प्रवृत्तीचं निर्दालन करायचं होतं, हे श्रीकृष्णानं या कृतीतून जगाला दाखवून दिलं.

पुढे युद्धाच्या वेळी जरासंधाच्या कैदेतून मुक्त झालेले सर्व राजे आणि जरासंधाचा

पुत्र सहदेव हे सर्व जण पांडवांच्या बाजूनं लढले.

आजही कृष्णाला रणछोडदास या नावानं ओळखण्यात येतं. रणांगण सोडून पळून जाण्याच्या त्याच्या कृतीमुळेच हे नाव पडलं आहे. गुजरात राज्याच्या समुद्रकिनारी कृष्णाची द्वारकानगरी आहे.

◆

मी कुणाच्या बाजूने असायला हवं?

कृष्णाला एक मुलगा होता. त्याचं नाव सांब. त्याचा विवाह दुर्योधनाची मुलगी लक्ष्मणा हिच्याशी झाला होता. जेव्हा युद्ध होणार ही गोष्ट स्पष्ट झाली, तेव्हा कृष्णानं आपल्या वडिलांना मदत करावी, असं लक्ष्मणा हिला वाटत होतं. पांडव हे कृष्णाचे आतेभाऊ तर होतेच, पण त्याचबरोबर त्यांच्या आदर्शांमुळे आणि नीतिमत्तापूर्ण वर्तनामुळे कृष्णाला पांडव जवळचे वाटत. त्याचं त्यांच्यावर प्रेम होतं. त्यामुळे साहजिकच या युद्धात कृष्ण पांडवांचीच बाजू घेईल, अशी लक्ष्मणा हिला भीती वाटत होती.

त्याविषयी घरात बरीच चर्चा झाल्यानंतर कृष्णानं अर्जुन आणि दुर्योधन या दोघांनाही आपल्या घरी येण्याचं निमंत्रण दिलं.

दुर्योधन ठरलेल्या वेळेच्या आधीच पोहोचला आणि थेट कृष्णाच्या महाली गेला. कृष्ण त्या वेळी गाढ झोपला होता. दुर्योधन अजिबात आवाज न करता कृष्णाच्या उशाशी जाऊन बसला. जरा वेळात अर्जुनही तिथे येऊन पोहोचला. तो जरासा घुटमळला. त्यानं कृष्णाच्या महालात डोकावून पाहिलं. कृष्णाला गाढ झोप लागली होती. त्याला झोपेतून जागं करायला नको म्हणून तो अजिबात आवाज न करता कृष्णाच्या पायाशी, पण जमिनीवर बसला.

जरा वेळ असाच गेला. कृष्ण खरं तर झोपलेला नव्हताच. त्यानं झोपेत असल्याचं केवळ सोंग केलं होतं. त्यानं आळोखेपिळोखे देऊन डोळे उघडले. डोळे उघडताच प्रथम त्याची नजर आपल्या पायाशी बसलेल्या अर्जुनावर पडली. मग तो कुशीवर वळला. तिथे त्याला त्याच्या पलंगावर उशाशी बसलेला दुर्योधन दिसला. कृष्णानं त्या दोघांकडे पाहून मंदस्मित केलं.

"या होणाऱ्या युद्धात तुझी मदत मागण्यासाठी आम्ही आलो आहोत," दुर्योधन म्हणाला.

कृष्ण म्हणाला, "तुम्हा दोघांनाही माझ्याकडून मदत हवी आहे, तेव्हा मी तुम्हा दोघांपुढे दोन पर्याय ठेवतो. तुमच्यापैकी एकास माझी संपूर्ण नारायणी सेना मिळेल, आणि दुसऱ्याला माझा पाठिंबा मिळेल. पण मी एकटा असेन, माझ्या सेनेशिवाय. शिवाय मी असंही सांगू इच्छितो, की या संपूर्ण युद्धात मी शस्त्र हाती घेणार नाही, मी प्रत्यक्ष लढाई लढणार नाही."

'या दोन्ही पर्यायांमधून हवा तो पर्याय निवडण्याची संधी आधी मला मिळाली, तर किती बरं होईल,' असा विचार दुर्योधनाच्या मनात चमकून गेला. कृष्णानं द्वारका ही स्वत:ची राजधानी बनवल्यापासून त्याची नारायणी सेना एकही लढाई हरलेली नव्हती. 'कृष्णाची सर्व सेना माझ्याकडच्या सेनेला येऊन मिळाली, तर माझी सेना जगात सर्वांत बलाढ्य होईल. म्हणजे माझाच विजय होणार, हे तर निश्चितच. नुसता कृष्ण, तोही शस्त्राशिवाय, घेऊन काय करायचंय? त्याचा धोरणीपणा आणि मुत्सद्देगिरी कुणाला हवी आहे? आणि हा तर म्हणे प्रत्यक्ष युद्धात भागसुद्धा घेणार नाही!' दुर्योधनाचं विचारचक्र जोरात चालू होतं.

अर्जुनानं तोंड उघडण्याआधीच दुर्योधन घाईघाईने म्हणाला, "निवड करण्याचा हक्क मला मिळायला हवा."

त्यावर कृष्ण म्हणाला, "मी झोपेतून जागा होऊन डोळे उघडले, तेव्हा प्रथम माझ्या दृष्टीस हा अर्जुन पडला. त्यामुळे त्याच्या पसंतीचा पर्याय निवडण्याची संधी मी आधी त्यालाच देईन."

"मला तू हवा आहेस कृष्णा, मला तुझी सेना नको," अर्जुन म्हणाला, "तू युद्धात प्रत्यक्ष भाग घेणार आहेस की नाही हे मुळीच महत्त्वाचं नाही."

अर्जुनाचे शब्द ऐकून दुर्योधनाचा आनंद तर गगनात मावेना. त्याच्या मनाप्रमाणे कृष्णाची सेना त्याला मिळणार होती. त्याचा विजय आता निश्चित होता.

अशा रीतीनं दुर्योधन आणि अर्जुन हे दोघेही समाधानानं आपापल्या घरी परतले.

दुर्योधनानं आपल्या राजप्रासादात पोहोचल्यावर कृष्णाची नारायणी सेना कौरवांच्या बाजूनं युद्धात उतरणार असल्याची आनंदाची वार्ता सर्वांना सांगितली. शकुनी मामानं आपल्या भाच्याला – दुर्योधनाला पाठीवर शाबासकी दिली. शकुनी मामा म्हणाला, "तू फायद्याची गोष्ट पदरात पाडून घेतलीस. फार छान काम केलंस. नुसता कृष्ण स्वत:च्या पक्षात असून काय उपयोग?"

भीष्माचार्यांना मात्र ही गोष्ट अजिबात पटली नाही, "दुर्योधना, तू फार चुकीचा निर्णय घेतलास. जर नारायणच आपल्या बाजूनं नसेल, तर ती नारायणी सेना काय कामाची? त्या सेनेचं नेतृत्व करण्यासाठी आपल्या बाजूनं जर कृष्ण नसेल, तर ती सेना कुचकामाची ठरेल. आपल्याला एक धोरणी, एक मुत्सद्दी आपल्या बाजूनं हवा. एक कुशल नेता हवा. एक असा नेता, जो शत्रुपक्षाची बलस्थानं आणि कमजोरी,

मर्मस्थळं समजू शकेल. तुझ्या या निवडीमुळे पांडवांचा फार मोठा फायदा होणार आहे.''

इकडे पांडवांच्या घरी युधिष्ठिराला तर आभाळ ठेंगणं झालं होतं, ''बंधू, तू कृष्णाची निवड केलीस हे फार उत्तम झालं. त्याच्याशिवाय या युद्धात आपला काही टिकाव लागू शकणार नाही. तो जरी स्वत: शस्त्राचा वापर करणार नसला तरी केव्हा व कसं लढायचं, याचा योग्य सल्ला तोच आपल्याला देईल.''

अखेर हे महायुद्ध पांडव जिंकू शकले, ते केवळ श्रीकृष्णाच्या मुत्सद्देगिरीमुळेच!

◆

पाच सुवर्णबाण

महाभारतातील घनघोर युद्ध कुरुक्षेत्राच्या रणभूमीवर घडलं. हे युद्ध एकूण १८ दिवस चालू होतं. पहिले दहा दिवस कौरवांच्या सैन्याचे सेनापती आदरणीय, वयोवृद्ध असे भीष्म पितामह होते. त्यांचं इतकं वय झालेलं असूनसुद्धा ते महापराक्रमी होते. त्यांनी रणभूमीवर अनेक योद्ध्यांना कंठस्नान घातलं.

परंतु दुर्योधन मात्र दुःखी होता. भीष्माचार्य हे कौरव आणि पांडवांचे आजोबा होते. त्यामुळे त्यांच्या हातून त्यांच्या नातवांची–पांडवांची हत्या होणं शक्य नाही, हे एव्हाना दुर्योधनाला कळून चुकलं होतं. भीष्माचार्यांचं पांडवांवर किती नितांत प्रेम होतं याची दुर्योधनाला कल्पना होती. ते आपल्यात आणि पांडवांमध्ये सतत भेदभाव करत आले आहेत, या कल्पनेनं त्याला भीष्माचार्यांचा राग येत असे.

एक दिवस मात्र तो या सर्व विचारांनी फारच अस्वस्थ झाला. हे असं अजिबात चालणार नाही, असं त्यानं मनोमन ठरवलं. त्या रात्री तो भीष्माचार्यांच्या तंबूमध्ये गेला, ''पितामह, तुम्ही एक अनन्यसाधारण योद्धे आहात हे मला माहीत आहे. परंतु सध्याचं तुमचं वर्तन मात्र अत्यंत लांच्छनास्पद आहे. खरं तर तुम्ही महर्षी परशुरामांचे शिष्य आहात. या पृथ्वीतलावरील महान योद्ध्यांपैकी एक आहात आणि तरीही तुम्ही अजून एकाही पांडवाला धारातीर्थी पाडू शकला नाहीत. मला तर आता असं वाटू लागलं आहे, की खरंतर या युद्धात तुम्ही गुप्तपणे त्यांच्याच बाजूने आहात.''

त्याचे शब्द भीष्माचार्यांच्या जिव्हारी लागले. प्रयत्नांची पराकाष्ठा करून त्यांनी स्वतःच्या मनावर नियंत्रण मिळवलं, ''बाळा, तू हे असं कसं बोलू शकतोस? मी माझ्या कर्तव्याला कधीच चुकत नाही आणि आत्ताही अतिशय प्रामाणिकपणे मी प्रयत्न करतो आहे, हे सगळ्या जगाला माहीत आहे.''

मग त्यांनी आपल्या भात्यातून पाच बाण उपसून बाहेर काढले. त्यांनी क्षणभर डोळे मिटून त्या पाचही बाणांवरून हलकेच हात फिरवला. ते सर्व बाण सुवर्णासारखे

झळाळून उठले व प्रकाशात चमकू लागले.

"हे काय आहे?" दुर्योधन त्या बाणांना स्पर्श करायला घाबरतच म्हणाला.

"हे पाच बाण मी माझी सर्व मनोशक्ती एकवटून सामर्थ्यशाली केले आहेत. यातला एक एक बाण एकेका पांडवासाठी आहे. पांडव आता वाचू शकणार नाहीत, हा माझा शब्द आहे," भीष्माचार्य म्हणाले.

दुर्योधनाला आनंद झाला. 'उद्या पितामह जेव्हा या बाणांचा प्रयोग करतील, तेव्हा पांडवांचा पूर्णपणे सत्यानाश होईल,' तो मनात म्हणाला. 'परंतु खरंतर माझा भीष्म पितामहांच्या शब्दांवर विश्वास नाही. उद्या समजा हे बाण त्यांनी पांडवांना देऊन टाकले तर?'

म्हणून तो भीष्माचार्यांना म्हणाला, "पितामह, मी आत्ता हे पाचही बाण माझ्याकडे ठेवतो आणि उद्या सकाळीच ते तुमच्याकडे सुपूर्द करतो."

भीष्माचार्यांनी संमतिदर्शक मान हलवून ते बाण त्याला देऊन टाकले.

एका गुप्तहेराकडून या पाच शक्तिशाली बाणांची गोष्ट कृष्णाच्या कानावर गेली. त्यानं तातडीनं ती गोष्ट अर्जुनाला सांगितली.

अर्जुनाचा चिंताग्रस्त चेहरा पाहून कृष्ण त्याला म्हणाला, "तुम्ही सर्व जण वनवासात राहत असताना तुझी एकदा गंधर्वांशी भेट झाली होती, ती आठवते का तुला?"

अर्जुनाला ती घटना आठवली.

एकदा दुर्योधन आणि त्याचे काही मित्र रानात पांडवांच्या निवासस्थानी अगदी जवळच एका कुटीत मुक्कामाला येऊन राहिले होते. त्यांचा हेतू पांडवांवर नजर ठेवणे हाच होता. दुर्योधन आपल्या मित्रांसह रानात भ्रमंती करत होता व मुद्दामच मोठ्या आवाजात पांडवांची कुचेष्टा करत होता, त्यांच्याविषयी उपहासानं बोलत होता. वाटेत त्याची काही गंधर्वांशी भेट झाली. काही कारणानं त्याचा त्या गंधर्वांशी वादविवाद झाला. मग दुर्योधनानं त्या गंधर्वांना लढण्यासाठी पाचारण केलं. गंधर्वांनी दुर्योधनाला एका क्षणातच पराभूत करून एका वृक्षाला बांधून ठेवलं आणि ते त्याची चेष्टामस्करी करू लागले.

ही गोष्ट युधिष्ठिराच्या कानावर जाताच त्यानं अर्जुन आणि भीम या दोघांना हाक मारून दुर्योधनाच्या मदतीला जाण्यास सांगितलं.

भीमानं दुर्योधनाला साहाय्य करण्यास नकार दिला, परंतु अर्जुनानं आज्ञाधारकपणे मोठ्या भावाच्या आज्ञेचं पालन करून दुर्योधनाची सुटका केली.

दुर्योधनाला स्वत:च्या वर्तनाचा पश्चात्ताप झाला. तो लज्जित झाला. अर्जुनाच्या या उपकारांची परतफेड करण्यासाठी तो म्हणाला, "आज तू या गंधर्वांपासून माझी सुटका केली आहेस. तुला काय हवं ते मला सांग. मी तुझी ती इच्छा पूर्ण करीन."

"मला काहीच नको आहे. माझ्या वडीलबंधूंनी मला आज्ञा केल्यामुळे मी इथे आलो आहे," अर्जुन म्हणाला.

परंतु दुर्योधनाला काहीतरी करून या उपकारांची परतफेड करायचीच होती.

अखेर अर्जुन म्हणाला, "ठीक आहे. आपण ही गोष्ट लक्षात ठेवू. भविष्यात जर मला कोणत्याही गोष्टीची गरज लागली, तर मी तसं कळवीन."

त्यानंतर ही हकिकत अर्जुनानं जशीच्या तशी कृष्णाला सांगितली. पुढे तो त्याविषयी विसरूनसुद्धा गेला.

कृष्णानं आत्ता अर्जुनाला दुर्योधनानं दिलेल्या त्या वचनाची आठवण करून दिली. तो म्हणाला, "भीष्माचार्यांचा तो एक एक बाण तुझा आणि तुझ्या सर्व भावांचा वेध घेईल. आता दुर्योधनानं तुला दिलेल्या त्या वचनाची त्याला आठवण करून देण्याची वेळ आली आहे. तू लगेच जाऊन दुर्योधनाची भेट घे. त्याच्याशी काय बोलायचं हे तुला ठाऊक आहेच."

त्याच रात्री अर्जुन दुर्योधनाच्या राहुटीमधे गेला.

दोघांनी एकमेकांची विचारपूस केली. त्यानंतर अर्जुन दुर्योधनाला म्हणाला, "तुझ्यावर जेव्हा त्या गंधर्वांनी कब्जा केला होता, तेव्हा त्यांच्या तावडीतून मी तुझी सुटका केली होती. त्या वेळी तू मला एक वचन दिलं होतंस. आठवतं आहे का?"

दुर्योधनानं होकार दिला.

"बरं, मग आता भीष्म पितामहांनी तुला जे पाच सुवर्णबाण दिले आहेत, ते मला हवे आहेत."

अर्जुन आपल्याकडे अशी काही मागणी करेल, अशी दुर्योधनाला अपेक्षाच नव्हती. तो अत्यंत अस्वस्थ झाला. पण हे वचन पूर्ण तर करायलाच हवं होतं. त्यानं अत्यंत अनिच्छेनं ते बाण अर्जुनाकडे सुपूर्द केले. "हे घे ते पाचही बाण," दुर्योधन म्हणाला, "पण मला एक गोष्ट सांग, आज माझ्याकडे येऊन हे बाण मागण्याविषयी तुला कुणी सुचवलं?"

अर्जुनानं स्मितहास्य केलं. "खरं तर या प्रश्नाचं उत्तर तुला ठाऊक आहे. अर्थातच कृष्णानं."

ते अनमोल बाण घेऊन अर्जुन निघून गेला. दुर्योधन त्याच्याकडे हताशपणे बघत राहिला.

दुसऱ्या दिवशी सकाळी भीष्माचार्यांनी दुर्योधनाकडे त्या बाणांची मागणी केली. तो मान खाली घालून म्हणाला, "ते बाण मी अर्जुनाला दिले. तुम्ही परत तसे शक्तिशाली बाण निर्माण करू शकाल ना?"

"नाही, दुर्योधना. मी परत तसे बाण बनवू शकत नाही. ते बाण जर माझ्या जवळ असते, तर मी ते पांडवांना कदापि दिले नसते. तू तुझ्या हातानं तुझ्या शत्रूच्या पदरात विजयाचं माप टाकलं आहेस," भीष्माचार्य म्हणाले.

◆

भ्रामक सूर्यास्त

पांडव वनवासात राहत असताना एकदा त्यांना रानात शिकारीसाठी आणि इंधनासाठी लाकूडफाटा गोळा करण्याच्या कामी जावं लागणार होतं. त्यामुळे त्यांनी तृणबिंदू ऋषींना द्रौपदीचं रक्षण करण्याची विनंती केली.

पांडव आपल्या पर्णकुटीतून निघून गेल्यानंतर काही काळाने सिंधू नगरीचा राजा जयद्रथ त्याच वाटेनं चालला होता. कौरवांची एकुलती एक बहीण दुशला हिच्याशी त्याचा विवाह झाला होता. द्रौपदी आपल्या कुटीत काहीतरी काम करत असताना जयद्रथाची तिच्यावर नजर पडली. तिच्या सौंदर्यानं तो मोहित झाला. ती कोण आहे याची त्याला कल्पना नसल्यामुळे त्यानं सरळ पांडवांच्या कुटीत शिरून स्वत:ची ओळख करून दिली. त्याला तिच्याविषयी अधिक जाणून घेण्याची इच्छा होती. तिच्याशी संभाषण करताना ती पांडवपत्नी असल्याचं त्याच्या लक्षात आलं.

आपला नातेवाईक आपल्या दारी अतिथी म्हणून आल्याचं पाहून द्रौपदीलाही आनंद झाला. तिनं त्याला आत बोलावून त्याचं स्वागत केलं.

जयद्रथाची आता भीड चेपली. तो धिटाईनं म्हणाला, ''हे लावण्यवती, तू या असल्या पुरुषांबरोबर– या पांडवांबरोबर का राहतेस? त्यांनी तर तुला द्यूतात पणाला लावलं आणि ते हरले. इतके निष्काळजी आहेत ते. तुझी काळजी कशी घ्यायची, हेसुद्धा त्यांना समजत नाही. तू माझी राज्ञी हो. तुला आयुष्यात कशाचीच कमतरता भासणार नाही, असं मी तुला वचन देतो.''

द्रौपदी संतप्त झाली. जयद्रथानं त्याच्या मर्यादांचं उल्लंघन केलं होतं. त्याला त्याची जागा दाखवण्यासाठी ती म्हणाली, ''तुम्ही कृपा करून तुमच्या मर्यादेत राहा. तुम्ही आमचे नातलग आणि अतिथी आहात.''

परंतु जयद्रथ काहीच ऐकून घेण्याच्या मन:स्थितीत नव्हता. त्यानं द्रौपदीला बळजबरीनं आपल्या रथात बसवलं.

महर्षी तृणबिंदू कुटीच्या अंतर्भागात होते. त्यांना अचानक द्रौपदीच्या किंकाळ्या ऐकू आल्या. ते धावतच बाहेर आले, पण तोपर्यंत जयद्रथाचा रथ दूरवर गेला होता. तृणबिंदू मुनी मदतीचा धावा करू लागले. सुदैवानं पांडव त्याच वेळी घरी परतत होते. तृणबिंदू ऋषींचा आवाज त्यांच्या कानावर पडला. ते सर्व जण विजेच्या चपळाईनं घरी पोहोचले.

अर्जुन आणि भीम द्रौपदीच्या सुटकेसाठी निघाले. थोड्याच वेळात जयद्रथाचा रथ त्यांना सापडला. त्यांनी जयद्रथाला अडवून त्याच्याशी दोन हात केले. त्याचे हातपाय बांधलेल्या स्थितीत ते त्याला घरी घेऊन आले. द्रौपदीसुद्धा बरोबर होतीच.

भीम तर इतका संतप्त झाला होता, की तो जयद्रथाचा वध करायला निघाला; पण द्रौपदीनं त्याला शांत केलं. त्याच्या विनवण्या करत ती म्हणाली, ''नाथ, दुशला तुमची चुलत बहीण आहे. तिचा तरी विचार करा. क्रोधाच्या भरात काहीतरी पाऊल उचलाल आणि तिच्या कपाळी वैधव्य येईल. एक गोष्ट मलाही मान्य आहे, की जयद्रथाला शासन तर व्हायलाच हवं. तुम्ही त्याला इथून अपमानित अवस्थेत परत पाठवून द्या. तुम्हाला त्याचा जो काही अपमान करायचा असेल, तो करा.''

त्यानंतर भीमानं जयद्रथाचे सगळे केस कापून त्याच्या डोक्याचा पूर्ण गोटा केला व त्याच्या मस्तकावर केसांचे फक्त पाच पुंजके शिल्लक ठेवले. हे एखादी व्यक्ती गुलाम असल्याचं प्रतीक होतं. भीमानं त्यानंतर त्याला सोडून दिलं.

या घटनेनं जयद्रथाच्या अंत:करणात सुडाची आग पेटली. याचा सूड घेतल्याशिवाय राहायचं नाही, असं त्यानं ठरवलं. त्यानं घनघोर तपश्चर्या केली. भगवान शंकरांची आराधना केली. शंकर प्रसन्न होऊन त्याच्यासमोर प्रकट झाले आणि त्याला म्हणाले, ''बोल, तुझी काय इच्छा आहे?''

''मला पांडवांचा पाडाव करायचा आहे,'' जयद्रथ म्हणाला.

''ते अशक्य आहे,'' भगवान शंकर म्हणाले, ''साक्षात भगवान कृष्ण त्यांच्या पाठीशी आहे.''

आता लवकरच कौरव आणि पांडव यांच्यात मोठं युद्ध घडून येणार असल्याची जयद्रथाला चाहूल लागलेली होती. तो हात जोडून म्हणाला, ''मग जेव्हा कौरव आणि पांडव यांचं युद्ध होईल, तेव्हा या युद्धाच्या काळात मला एक तरी दिवस असा द्या, ज्या दिवशी मी पांडवांना पुढे येण्यापासून थांबवू शकेन.''

त्यावर भगवान शंकर म्हणाले, ''तुझी ही इच्छा पूर्ण होईल. पण त्याला अपवाद फक्त अर्जुनाचा असेल.''

जयद्रथाचे पिता, वृद्धक्षत्र यांनी जेव्हा आपलं राज्य आपल्या पुत्राकडे– जयद्रथाकडे सोपवलं तेव्हा ते संन्यासधर्म स्वीकारून रानात जाऊन राहिले होते. त्यांना योगसामर्थ्य प्राप्त झालं होतं. आपल्या मुलानं कोणतंही दुष्कृत्य केलं, तर त्याला त्याची शिक्षा

झाली पाहिजे, असं त्यांना वाटत होतं. परंतु त्याचबरोबर त्यांनी आपल्या योगसामर्थ्यानं जयद्रथाचा वध करणाऱ्या व्यक्तीसाठी एक शापही तयार केला होता. भविष्यात कुणीही जयद्रथाचा वध केला आणि जयद्रथाचं मस्तक मृत्यूनंतर जमिनीवर पडलं, तर त्याच क्षणी जयद्रथाचा वध करणाऱ्या व्यक्तीच्या मस्तकाच्या चिंधड्या होतील व मस्तकाचं रक्षेत रूपांतर होईल, असं त्या शापाचं स्वरूप होतं.

युद्ध जेव्हा सुरू झालं, तेव्हा जयद्रथ अर्थातच कौरवांच्या पक्षातून या युद्धात उतरला. युद्ध सुरू झाल्यानंतर तेरावा दिवस उजाडला. त्या दिवशी कौरवसेनेनं चक्रव्यूह रचला होता. त्या चक्रव्यूहाचा भेद कसा करायचा हे फक्त अर्जुनाचा पुत्र अभिमन्यू यालाच माहीत होतं; मात्र त्यातून सुटून बाहेर कसं पडायचं हे माहीत नव्हतं. अभिमन्यू जसा चक्रव्यूहाचा भेद करून एकटा कौरवांशी लढत होता, तेव्हा त्याच्या मदतीसाठी युधिष्ठिर, भीम, नकुल आणि सहदेव हे पुढे सरसावले. त्या वेळी जयद्रथानं भगवान शंकरांकडून प्राप्त केलेल्या वराचा उपयोग करून त्या कुणालाही पुढे येऊ दिलं नाही. एकट्या पडलेल्या बाळ अभिमन्यूची कौरवांनी निर्घृण हत्या केली.

दुर्दैवानं त्या क्षणी अर्जुन रणभूमीच्या दुसऱ्याच एका कोपऱ्यात युद्ध लढत होता. त्याला या गोष्टीची काहीच कल्पना नव्हती. जरा वेळानंतर त्याचा लाडका बाळ अभिमन्यूच्या वधाची बातमी त्याच्यापर्यंत जाऊन पोहोचली. त्याचप्रमाणे जयद्रथामुळे त्याचे भाऊ अभिमन्यूच्या सुटकेसाठी चक्रव्यूहामध्ये जाऊ शकले नाहीत, हेही त्याला समजलं. शोकविव्हल पित्यानं त्याच क्षणी शपथ घेतली, "मी उद्याचा सूर्य मावळण्यापूर्वी जयद्रथाला कंठस्नान घालीन. आणि जर मी तसं करू शकलो नाही तर मी स्वतः अग्नीमध्ये उडी घेऊन प्राणसमर्पण करीन."

कृष्णानं अर्जुनाची ही शपथ जेव्हा ऐकली, तेव्हा तो चिंताग्रस्त झाला. ही लढाई अर्जुनाशिवाय जिंकणं पांडवांना कदापि शक्य नव्हतं हे तो जाणून होता. त्यामुळे अर्जुनाचे प्राण वाचवण्यासाठी त्यानं एक बेत आखला.

इकडे कौरवांच्या छावणीत अर्जुनापासून जयद्रथाला सुरक्षित ठेवण्यासाठी द्रोणाचार्यसुद्धा एक योजना आखत होते. त्यासाठी जयद्रथाला केवळ एक दिवस लपवून ठेवण्याची गरज होती. त्यामुळे द्रोणाचार्यांनी सैन्याची व्यूहरचना अशी खुबीनं केली, की सैनिकांची तटबंदी भेदून मागे असलेल्या जयद्रथापर्यंत पोहोचणं अर्जुनाला अशक्य व्हावं.

दुसरा दिवस उजाडला. हा युद्धाचा १४ वा दिवस होता. हा अत्यंत कंटाळवाणा होता. सर्व जण अत्यंत सावध होते. द्रोणाचार्यांचा बेत यशस्वी झाला होता. जयद्रथ अजूनही जिवंत होता.

सूर्यास्ताची वेळ अगदी समीप येऊन ठेपली होती. पांडवही आता काळजीत

पडले होते. त्या क्षणी कृष्णानं आपल्या सुदर्शन चक्रानं काही काळासाठी सूर्यबिंब झाकून टाकलं.

सर्वांना वाटलं, सूर्यास्त झाला. जयद्रथाला सुरक्षित ठेवण्यासाठी बनवण्यात आलेली सैनिकांची फळी आता दूर झाली. जयद्रथ आता सुरक्षित झाला. त्याचे प्राण वाचले होते. आता अर्जुन आपण केलेली प्रतिज्ञा पूर्ण न झाल्यामुळे निराश होऊन अग्नीमध्ये प्राणसमर्पण करणार होता. कौरवांच्या गोटात आनंदीआनंद पसरला होता.

आता जयद्रथ धिटाईनं पुढे होऊन अर्जुनासमोर उभा राहिला आणि वल्गना करू लागला.

आता त्याच्या मृत्यूची घडी समीप आली होती. कृष्णानं सुदर्शन चक्र बाजूला केलं. सूर्यबिंब प्रखरपणे तळपू लागलं. अंधार दूर होऊन सर्वत्र स्वच्छ सूर्यप्रकाश पसरला.

जयद्रथ दोन्ही सैन्यांच्या मधोमध, कुठल्याही संरक्षणाशिवाय उभा होता.

कृष्ण अर्जुनाला म्हणाला, ''अर्जुना, हा बघ सूर्य आणि हा जयद्रथ. आता तू जयद्रथाचा वध कर. परंतु तो अशा कौशल्यानं कर की त्याचं मस्तक त्याच्या धडापासून वेगळं होऊन जमिनीवर न पडता हवेतून प्रवास करत त्याच्या वडिलांच्या मांडीवर जाऊन पडेल.''

अर्जुनानं एकच बाण असा मारला, की जयद्रथाचं मस्तक ध्यानस्थ बसलेल्या त्याच्या पित्याच्या, म्हणजेच वृद्धक्षत्राच्या मांडीत जाऊन पडलं. वृद्धक्षत्र भयचकित होऊन उठून उभा राहताच ते प्राणहीन मस्तक जमिनीवर पडलं. मस्तकाचा जमिनीला स्पर्श होताच वृद्धक्षत्राचा स्वतःचा शाप त्याला स्वतःलाच बाधला आणि त्याची राखरांगोळी झाली.

अशा रीतीनं कृष्णानं अर्जुनाला मृत्यूपासून वाचवलं आणि त्याचबरोबर अर्जुनाच्या एका बाणानं जयद्रथाचा व त्याच्या पित्याचा बळी घेतला. कौरवांना त्यामुळे प्रचंड धक्का बसला. आता त्यांचा पराजय निश्चित होता.

◆

द्रोणाचार्यांची दुखरी नस

द्रोणाचार्य हे अतुलनीय साहसी योद्धा होते. रणांगणावर त्यांचा पराभव करणं जवळजवळ कुणालाच शक्य नव्हतं. युद्ध जसजसं पुढे सरकत होतं, तसा कृष्ण काळजीत पडला होता. कसेही करून द्रोणाचार्यांचा पाडाव करणं आवश्यक होतं. द्रोणाचार्यांचं आपला पुत्र अश्वत्थामा याच्यावर जिवापाड प्रेम होतं. खरं तर तीच त्यांची कमजोरीसुद्धा होती. कृष्ण ही गोष्ट जाणून होता.

पांडवांच्या सैन्यदळात अश्वत्थामा याच नावाचा एक हत्तीसुद्धा होता. या हत्तीचा वापर करून द्रोणाचार्यांचा पराभव कसा करायचा, ते कृष्णानं ठरवलं.

तो युधिष्ठिरापाशी जाऊन म्हणाला, "आज आपण युद्धात अश्वत्थामा हत्तीचा वापर करू."

युद्धात या अश्वत्थामा नावाच्या हत्तीला बाण लागून तो जखमी होऊन जमिनीवर कोसळला आणि तत्काळ मरण पावला.

भीमाचा आवाज खूप मोठा होता. कृष्णानं त्याला बोलावून मोठमोठ्यांदा घोषणा करून सर्वांना अश्वत्थामा मरण पावल्याची बातमी सांगण्यास सांगितलं. भीमानं ती आज्ञा तंतोतंत पाळली. तो मोठमोठ्यांदा ओरडू लागला, "मी काय सांगतो ते ऐका. अश्वत्थामा गेला."

ही वार्ता जेव्हा द्रोणाचार्यांच्या कानी पडली तेव्हा ते शोकविव्हळ होऊन ज्याला त्याला विचारू लागले, "माझा पुत्र गेला का हो? माझा पुत्र गेला का?" ते आपल्या पुत्राला जिकडेतिकडे शोधू लागले, पण तो त्यांना कुठेच दिसेना. द्रोणाचार्यांचा भीमाच्या बोलण्यावर विश्वास बसेना; परंतु त्यांचा युधिष्ठिरावर गाढ विश्वास होता, त्यामुळे ते युधिष्ठिराकडे जाऊन पुन्हा तोच प्रश्न विचारू लागले. हे असंच होणार याची कृष्णाला कल्पना असल्यामुळे अशा प्रसंगी काय करायचं, हे त्यानं युधिष्ठिर आणि भीम या दोघांनाही आधीच सांगून ठेवलं होतं.

“अश्वत्थामा हत:” (अश्वत्थामा मरण पावला), युधिष्ठिर म्हणाला. तो जे म्हणाला, ते खरंच होतं. तो पुढे स्पष्ट करत म्हणाला, “नरो वा कुंजरोवा” (पुरुष की हत्ती हे मला माहीत नाही) परंतु हे पुढचं स्पष्टीकरण देण्यासाठी युधिष्ठिरानं तोंड उघडताच भीमानं ठरल्याप्रमाणे अत्यंत जोरजोरात शंख फुंकण्यास सुरुवात केली. त्यामुळे युधिष्ठिराच्या तोंडचं ते पुढचं वाक्य द्रोणाचार्यांना ऐकूच गेलं नाही.”

‘अश्वत्थामा मरण पावला’ हे युधिष्ठिराचे शब्द जणू द्रोणाचार्यांचं काळीज चिरत गेले. ते शोकाकुल होऊन मट्‌कन जमिनीवर बसले. त्यांनी लढण्यास नकार दिला, “माझा पुत्रच हरपला आता मी कशासाठी जगू?” असं ते म्हणू लागले.

द्रोणाचार्यांच्या या कमजोर मन:स्थितीचा फायदा घेऊन द्रुपद राजाचा मुलगा दृष्टद्युम्न यानं त्या महान गुरू द्रोणाचार्यांचा शिरच्छेद करून आपल्या पित्याची इच्छा पूर्ण केली. द्रुपदाच्या पुत्रानं आपल्या पित्यासाठी द्रोणाचार्यांचा सूड घेतला.

◆

सूर्यपुत्र

कुंतीचा पंडूशी विवाह होऊन त्यानंतर तिला जे पाच पुत्र झाले, ते म्हणजे पांडव. परंतु कुंतीचा विवाह होण्यापूर्वी तिला एक वरदान लाभलं होतं. तिनं कोणत्याही देवतेला आवाहन करून एका विशिष्ट मंत्राचा जप केला, की त्या देवतेचा अंश तिच्या पोटी जन्म घेईल, असं ते वरदान होतं. त्या वेळी कुंती वयानं लहान होती, अजाण होती. तिनं त्या वरदानाची सत्यता पडताळून पाहण्यासाठी कुतूहलानं सूर्यमंत्राचा जप केला. तो वर खरा झाला. कुंतीच्या पोटी सूर्यपुत्र कर्णानं जन्म घेतला.

परंतु त्या वेळी कुंती अविवाहित होती, त्यामुळे जग काय म्हणेल, या भीतीपोटी तिनं त्या नवजात बाळाचा त्याग केला. तिनं त्याला आपलं म्हटलं नाही. आईनं सोडून दिलेल्या त्या अनाथ बाळाचा सारथी अधिराज आणि त्याची पत्नी राधा या दोघांनी सांभाळ केला. त्या दोघांनी त्याचं इतक्या प्रेमानं, मायेनं संगोपन केलं, की कर्णाला लोक राधेय या नावानंसुद्धा ओळखू लागले.

खरं तर कर्ण हा अर्जुनाएवढाच बुद्धिमान व साहसी योद्धा होता. उत्कृष्ट धनुर्धारी होता. परंतु तो राजकुळात जन्मलेला नसल्यामुळे त्याला गुरू द्रोणाचार्यांच्या हाताखाली कौरव वा पांडव या राजकुमारांप्रमाणे प्रशिक्षण घेता आलं नाही. परंतु त्यानं परशुरामांच्या आश्रमात राहून युद्धविद्या शिकून घेतली.

कौरव आणि पांडवांचं द्रोणाचार्यांच्या हाताखाली शिक्षण पूर्ण झाल्यावर द्रोणाचार्यांनी आपल्या या शिष्यांच्या कौशल्याला वाव देण्यासाठी एक सोहळा आयोजित केला. त्यात कौरव आणि पांडव यांनी आपापल्या युद्धविद्येचं उपस्थितांसाठी प्रदर्शन केलं. युधिष्ठिरानं भालाफेक करून दाखवली, तर भीम आणि दुर्योधन यांनी गदाविद्येतील नैपुण्य दाखवलं. अर्जुनानं आपल्या धनुर्विद्येतील कौशल्याचं प्रदर्शन केलं, तर नकुल आणि सहदेव यांनी घोडेस्वारीतील प्राविण्य दाखवलं.

अर्जुनाच्या धनुर्विद्येतील नेत्रदीपक कौशल्यामुळे सर्व जण थक्क झाले.

दुर्योधनाच्या मनात आलं, 'माझ्या एकाही भावाकडे अर्जुनाच्या तोडीस तोड धनुर्विद्येचं कौशल्य नाही.'

इतक्यात जमलेल्या प्रेक्षकांमधून एक तरुण उठून उभा राहिला. तो आत्मविश्वासानं म्हणाला, "या ठिकाणी अर्जुनानं जे काही करून दाखवलं, त्यातली प्रत्येक गोष्ट मीसुद्धा करून दाखवू शकेन."

उपस्थितांपैकी कुणी धनुर्विद्येच्या बाबतीत अर्जुनाच्या जवळपाससुद्धा पोहोचू शकणार नाही, अशी द्रोणाचार्यांना पक्की खात्री होती. त्यामुळे त्यांनी क्षणभरही विचार न करता कर्णाला समोर येण्याचं आवाहन केलं.

त्यानंतर त्या तरुणानं सर्वांसमोर आपल्या धनुर्विद्येतील प्रावीण्य सिद्ध करणाऱ्या अनेक कसरती करून दाखवल्या. आपण अर्जुनाला तुल्यबळ आहोत, हे त्यानं दाखवून दिलं.

"तू कोणत्या देशाचा राजकुमार आहेस?" द्रोणाचार्य म्हणाले.

त्यावर तो तरुण मुलगा मान हलवून नकार देत म्हणाला, "नाही. मी राजकुमार नाही. मी सारथी अधिरथाचा पुत्र कर्ण आहे."

ते ऐकून जमलेले लोक हसू लागले. तो तरुण थोरामोठ्यांच्या घरचा नव्हता, उच्चकुलीन नव्हता, राजपुत्रही नव्हता. तो तर सामान्य घरातला होता.

त्याला पाहून दुर्योधनाला खूप कुतूहल वाटलं. या मुलाशी मैत्री करण्याचं त्यानं ठरवलं. मग त्यानं कर्णाला आपल्याकडे बोलावून घेऊन त्याच्याशी मैत्री केली. दुर्योधनानं त्याला अंगदेश बक्षीस दिला. त्यामुळे कर्ण अंगराज बनला. दुर्योधन आणि कर्ण यांच्यामधल्या चिरंतन मैत्रीची ही सुरुवात होती.

कर्ण अत्यंत दानशूर होता. तो रोज सकाळी गंगा नदीच्या तीरावर सूर्यदेवाची उपासना करत असे. कर्णाचं गंगामातेवर निरतिशय प्रेम होतं. त्याच्या जन्मदात्या मातेनं जेव्हा त्याला एका टोपलीत घालून गंगामातेच्या प्रवाही सोडून दिलं होतं, तेव्हा या गंगामातेनंच त्याला त्याचे दत्तकपिता अधिरथांच्या हाती आणून सोपवलं होतं. दररोज सकाळी सूर्योपासना आणि पूजा झाल्यावर कर्ण गंगेकाठी जमलेल्या गोरगरिबांना दानधर्म करत असे. तो कधीही कोणत्याही याचकाला विन्मुख पाठवत नसे.

कर्ण जेव्हा जन्माला आला तेव्हापासूनच त्याच्या शरीरावर, सूर्यदेवाचा प्रसाद असलेली कवचकुंडलं होती. या कवचकुंडलांमुळे सदासर्वकाळ त्याचं रक्षण होत असे, त्याच्या शरीराला कोणत्याही प्रकारची इजा पोहोचू शकत नसे व आपल्या प्रतिस्पर्ध्याचा पाडाव करून तो नेहमीच विजयी होत असे.

युद्धकाळ जसा जवळ आला, तशी एक गोष्ट कृष्णाच्या मनात घोळू लागली.

जोपर्यंत ही अभेद्य कवचकुंडलं कर्णाकडे होती, तोपर्यंत पांडवांना त्याचा पाडाव करणं कधीच शक्य नव्हतं.

मग एक दिवस कृष्णानं इंद्रदेवास बोलावून घेतलं. तो त्यांना म्हणाला, "आता कौरव आणि पांडव यांच्यात लवकरच युद्ध घडून येईल. या युद्धात तुमचा पुत्र अर्जुन विजयी व्हावा, असं जर तुम्हाला वाटत असेल, तर कृपया तुम्ही सकाळच्या वेळी गंगेच्या काठी पूजा करत असलेल्या कर्णापाशी एक याचक म्हणून जा आणि दान म्हणून त्याच्या अंगावरची कवचकुंडलं मागून घ्या."

मग इंद्रदेव एका गरीब म्हाताऱ्याचं रूप घेऊन योग्य वेळी गंगेच्या काठी जाऊन थांबले. पूजा संपल्यानंतर कर्ण स्वतःच त्यांच्यापाशी जाऊन म्हणाला, "महाराज, मी तुम्हाला काय देऊ?"

"मला तुमची कवचकुंडलं हवी आहेत," म्हाताऱ्याच्या रूपातील इंद्रदेव म्हणाले.

आपल्यासमोर म्हाताऱ्या रूपात दुसरंच कुणीतरी आहे, हे कर्णाच्या लगेच लक्षात आलं. पण तरीही त्याचं मन जरासुद्धा विचलित झालं नाही. क्षणाचाही विचार न करता त्यानं आपली कवचकुंडलं काढून त्या म्हाताऱ्याच्या स्वाधीन केली.

कर्णाचं हे औदार्य पाहून इंद्रदेव मनोमन वरमले. त्यांना मनातून कर्णासाठी खूप वाईट वाटलं. ते त्याच्यासमोर त्यांच्या मूळ रूपात प्रकट होऊन म्हणाले, "कर्णा, तुझं हृदय किती विशाल आहे! ते पाहून माझं मन हेलावून गेलं आहे. मी आज तुला हा एक महाशक्तिशाली बाण प्रदान करत आहे. या बाणाचं वैशिष्ट्य असं, की तो आपलं लक्ष्य कधीही चुकत नाही. एकदा तू हा बाण सोडलास, तर तो लक्ष्याचा वेध घेणारच. फक्त एक लक्षात ठेव– तू या बाणाचा वापर फक्त एकदाच करू शकशील."

'कदाचित याच बाणाचा वापर करून मी एक दिवस अर्जुनाचा पराभव करेन,' कर्ण स्वतःशी म्हणाला.

परंतु प्रत्यक्षात तसं घडायचं नव्हतं. भीम आणि हिंडिंबा राक्षसी यांना महाकाय देहाचा मुलगा होता. त्याचं नाव घटोत्कच. कौरव-पांडवांचं युद्ध सुरू झाल्यानंतर कौरवांच्या सेनेचा पाडाव करण्यासाठी या घटोत्कचानं रणांगणावर फार मोठा उच्छाद मांडला होता. तो बघता बघता एखाद्या पर्वताइतका मोठा आकार धारण करून कौरवांच्या सेनेवर कोसळून त्या सेनेला चिरडून टाकत असे. अखेर त्याचा पाडाव करण्यासाठी कर्णानं अद्‌भुत बाणाचा उपयोग केला.

कर्णाकडून त्याची कवचकुंडलं हिरावून घेण्यात कृष्णाला जरी यश आलं असलं, तरी त्याची कौरवांशी असलेली गाढ मैत्री होती, त्यामुळे कृष्णाला फार चिंता वाटत असे.

युद्ध सुरू होण्याच्या काही काळ आधी कृष्ण कुंतीकडे जाऊन म्हणाला, "तू तुझा ज्येष्ठ पुत्र कर्ण याला जाऊन भेट. त्यानं कौरवांचा पक्ष सोडून त्याच्या खऱ्या भावांच्या पक्षात यावं, म्हणून त्याचं मन वळवण्याचा प्रयत्न कर. तू त्याची जन्मदाती आई आहेस, याची त्याला कल्पना आहे. मला काही त्याचं मन वळवता आलेलं नाही. कदाचित तुला यश येईल."

कुंती अस्वस्थ झाली, पण तरी तिनं कसाबसा होकार दिला. सकाळी गंगेच्या तीरी कर्णाची पूजा संपण्याच्या वेळी कुंती तिथे जाऊन कर्णाला भेटली. त्याला पाहून तिचं हृदय दु:खानं भरून आलं. आपण आपल्या पोटच्या पुत्राला नदीच्या प्रवाहात कसं सोडून दिलं होतं, या आठवणीनं तिच्या डोळ्यांतून घळाघळा अश्रू वाहू लागले. त्या वेळी ती तरुण होती, अजाण, अपरिपक्व होती आणि तिला स्वत:च्या अब्रूला कलंक लागेल अशी भीती वाटत होती; पण आज आपल्या या कर्तृत्वसंपन्न पुत्राला पाहून तिचा ऊर अभिमानानं भरून आला.

"तुमच्यासाठी मी काय करू?" समोर उभ्या राहिलेल्या वृद्ध स्त्रीला कर्ण म्हणाला. पण तिच्याकडे निरखून पाहिल्यावर ती कोण आहे हे त्याच्या लक्षात आलं. त्याच्या तोंडून शब्दही फुटेना.

"तू आपल्या भावांकडे, म्हणजेच पांडवांकडे परत ये," अशा तिनं त्याच्या विनवण्या केल्या. परंतु तिचं हे म्हणणं मात्र कर्णानं अमान्य केलं. या एका बाबतीत त्याचं मन बदलणं कुणालाच शक्य नव्हतं.

अखेर कुंती निराश झाली. ती त्याच्यापुढे अगतिक होऊन म्हणाली, "मग निदान तू तुझ्या भावांची हत्या करणार नाहीस, एवढं तरी मला वचन दे."

त्यावर कर्ण म्हणाला, "माते, मी असं वचन तुला देऊ शकत नाही. पण मी तुला एक आश्वासन नक्की देतो. मी अर्जुन वगळता माझ्या इतर कोणत्याही भावाची हत्या करणार नाही. पण युद्ध जेव्हा संपेल, तेव्हा एकतर अर्जुन तरी जीवित राहील, नाहीतर मी तरी. तुझे पाच पुत्र तुला मिळतील."

कर्णाच्या जन्माचं हे रहस्य कृष्णानं पांडवांसमोर कधीच उघड केलं नव्हतं; परंतु आपण कोणाशी युद्ध करत आहोत याची कर्णाच्या मनात प्रत्येक क्षणाला जाणीव होती आणि ती जाणीव त्याच्या हृदयाला पीळ पाडत होती. एकीकडे दुर्योधनाशी जिवलग मैत्री, त्याच्याविषयी निष्ठा, तर दुसरीकडे आपल्या भावंडांवर बाण चालवून त्यांची हत्या करण्याच्या विचारांनी कचरणारं त्याचं मन अशा दुहेरी कात्रीत तो सापडला होता. त्यामुळेच युद्धामध्ये तो महापराक्रम गाजवू शकला नाही.

अखेर कर्ण आणि अर्जुन यांच्यातील प्रत्यक्ष लढ्याचा दिवस उजाडला; पण कर्णाच्या प्रारब्धात काहीतरी वेगळंच लिहिलेलं होतं. कर्णाचा रथ अर्जुनाच्या रथाच्या समोर येताच कर्णाच्या रथाचं चाक जमिनीत रुतून बसलं. ते चाक वर काढण्याच्या

उद्देशानं कर्ण रथातून उतरून जमिनीवर बसला.

ते पाहून कृष्ण अर्जुनाला म्हणाला, ''तू बाण मार आणि या क्षणी कर्णाचा वध कर.''

त्यावर अर्जुन म्हणाला, ''परंतु हे वागणं अयोग्य, अन्याय्य ठरेल. मी माझ्या रथात बसलेलो आहे आणि तो जमिनीवर आहे. तो आत्ता स्वसंरक्षण करू शकणार नाही. त्यामुळे आत्ता त्याच्यावर अस्त्र सोडणं उचित ठरणार नाही.''

''हे युद्ध नीती आणि अनीती यांच्यातलं आहे. कर्णानं त्यात अनीतीचा पक्ष घेतला आहे. मुळात हे युद्धच 'न्याय्य' नाही. तू आत्ता माझं सांगणं ऐक आणि या क्षणी त्याचा वध कर. एक क्षणही वाया घालवू नकोस.''

अर्जुनाची कृष्णावर गाढ श्रद्धा होती. त्यामुळे अखेर तो कृष्णाला शरण गेला आणि त्यानं कर्णाचा वध केला.

◆

शेवटचा माणूस

युद्ध जसजसं पुढे सरकत होतं, तसतसा एक एक योद्धा धारातीर्थी पडत होता. अखेर दुर्योधनाच्या बाजूनं उभे असलेले त्याचे नातलग आणि त्याच्याशी एकनिष्ठ असलेले त्याचे सगळे मित्र मृत्युमुखी पडले. जीवित होता तो फक्त अश्वत्थामा. अत्यंत जड हृदयानं दुर्योधन कुरुक्षेत्रातील द्वैपायन या शांत सरोवराकडे निघाला. तिथे गेल्यावर त्यानं एका विशिष्ट मंत्राचा जप केला. हा जप म्हणजेच जलमंत्र. याच्या साहाय्यानं त्याला पाहिजे तितके दिवस त्या जलाशयाच्या तळाशी बसून राहणं शक्य होतं.

अर्थातच पुढचे कितीतरी दिवस दुर्योधन पांडवांच्या दृष्टीस पडला नाही. या युद्धात आपला विजय झाला, असं पांडव गृहीत धरू लागले.

परंतु कृष्णानं त्यांना समजावून सांगितलं, ''जोपर्यंत तुम्ही प्रत्यक्ष दुर्योधनाचा पाडाव करत नाही, तोपर्यंत हे युद्ध संपणार नाही.''

मग पांडव दुर्योधनाच्या शोधात निघाले. त्यांनी दुर्योधनाचा सर्वत्र शोध घेतला. पण तो कुठेच सापडेना. अखेर एका सरोवराच्या दिशेनं जाणाऱ्या पावलांचे ठसे त्यांना दिसले. परंतु तसे सरोवराकडून परत येणाऱ्या पावलांचे ठसे मात्र कुठेही दिसत नव्हते.

जवळून एक शिकारी चालला होता. पांडव त्या ठशांकडे निरखून पाहत असताना त्याला दिसले. तो म्हणाला, ''या सरोवराच्या दिशेनं एक माणूस जात असलेला मी पाहिला होता. त्याच्या वेषभूषेवरून तो नक्कीच राजघराण्यातला वाटत होता. मला वाटलं, तो स्नान करण्यासाठी निघाला असावा.''

तो राजपुरुष म्हणजे नक्कीच दुर्योधन असणार, अशी श्रीकृष्णाची खात्रीच पटली.

युधिष्ठिर थोडा वेळ विचारात गढून गेला होता. तो म्हणाला, ''दुर्योधनानं

जलाशयामध्ये जाऊन स्वत:ला संपवलं तर नसेल? तो आता एकटाच उरला आहे ना.''

भीम आता चिंताग्रस्त झाला. त्यानं तर दुर्योधनाची मांडी फोडण्याची शपथ घेतली होती. आता आपण आपली शपथ कशी पूर्ण करणार, या विचारानं तो अस्वस्थ झाला.

''हे पाहा, दुर्योधन अशा रीतीनं स्वत:ला कधीही संपवणार नाही. तो थकला आहे. एकाकी झाला आहे. त्या दु:खातून बाहेर पडण्यासाठी तो या सरोवराकडे गेला आहे. पण त्याचा काही अंत वगैरे झालेला नाही. त्याची आणि आपली भेट नक्की होणार.''

''पण मग आपण करायचं तरी काय?''

''तो त्या तळ्याच्या अंतर्भागी लपून बसला आहे. त्याला बाहेर काढण्याचा एक मार्ग म्हणजे त्याला कुणीतरी डिवचलं पाहिजे. त्याच्या जेव्हा कुणी वाटेला जातं, तेव्हा त्याचं स्वत:वर नियंत्रण राहत नाही. आणि मला वाटतं हे काम त्याचा लहानपणापासूनचा शत्रू भीमच उत्तम प्रकारे पार पाडू शकेल.''

कृष्णाचे हे शब्द ऐकताच भीम तातडीनं त्या तळ्याकाठी जाऊन मोठमोठ्यांदा ओरडू लागला, ''दुर्योधना, तू तळ्याच्या आतमध्ये लपून बसलेला आहेस, हे मला पक्कं ठाऊक आहे.''

तरीही त्यावर दुर्योधनाकडून काहीही प्रत्युत्तर आलं नाही.

''तू एखाद्या भ्याडासारखा तळ्यामध्ये लपून का बसला आहेस? तू क्षत्रिय आहेस की नाहीस?'' भीम ओरडला.

तरीही शांतता.

पण भीम गप्प बसणार नव्हता, ''मला वाटतं, तू मरणाला घाबरतो आहेस,'' भीम म्हणाला.

अजूनही दुर्योधन गप्पच होता.

''हे बघ, एखाद्या योद्ध्यासाठी रणांगणावर लढता लढता वीरगती प्राप्त होण्याहून मोठी दुसरी काही गोष्ट असूच शकत नाही. परंतु आता तू हरत चालला आहेस. त्यामुळे कदाचित तुझं मत बदललंसुद्धा असेल. किंवा कदाचित युद्धामधील शस्त्रास्त्रांपेक्षा तुला पाण्यात फुलणारी फुलं जास्त आकर्षक वाटू लागली असतील.''

भीमाचं हे अशा प्रकारचं दुर्योधनाला उद्देशून अपमानास्पद बोलणं बराच वेळ चालू होतं.

''मूर्ख दुर्योधन! जग त्याला आता सर्वांत मोठा भ्याड म्हणूनच ओळखेल. आजपर्यंत इतका भ्याड मनुष्य त्यांनी कधी पाहिलेलाच नसेल.''

अचानक दुर्योधन पाण्यातून बाहेर आला. त्याचा चेहरा संतापानं लाल झाला

होता. त्याचा स्वाभिमान आणि अहंकार दुखावला होता. त्याला स्वत:च्या रागावर नियंत्रण करणं अशक्य झालं होतं, "भीमा, थांबव हे बोलणं आणि माझ्याशी लढाईला तयार हो. मला तुझं तोंड कायमचं बंद करून टाकायचं आहे. आपल्या दोघांच्या लढाईत जो विजयी होईल, त्यानं हे युद्ध जिंकलं असं आपण समजू या."

"मला हे मान्य आहे," भीम म्हणाला. दुर्योधन तिथून निघून गेला.

युद्धाचा शेवट होण्याची चिन्हं होती. दोन पराक्रमी योद्ध्यांमधील गदायुद्धानं या युद्धाचा शेवट होणार होता.

या गदायुद्धाआधी दुर्योधन आपली माता गांधारी हिचे आशीर्वाद घेण्यासाठी तिच्याकडे गेला. गांधारी ही हस्तिनापूर सम्राट धृतराष्ट्राची महाराणी होती. धृतराष्ट्र अंध असल्यामुळे त्या पतिव्रतेनं जन्मभर आपल्या डोळ्यांवर पट्टी बांधून एका दृष्टिहीनासारखं जगणं पत्करलं होतं. आता दुर्योधन आणि भीम यांच्यात एक अखेरचं गदायुद्ध होणार आहे, हे जेव्हा तिला कळलं, तेव्हाच तिनं एक गोष्ट मनाशी ठरवली. ती दुर्योधनाला म्हणाली, "मी आज प्रथमच डोळ्यांवरची पट्टी दूर करून आज कित्येक दशकांनंतर डोळे उघडणार आहे. माझ्या इतक्या वर्षांच्या तपश्चर्येमुळे मला एक दिव्यदृष्टी प्राप्त झालेली आहे. मी जेव्हा तुला पाहीन तेव्हा एक विशिष्ट ऊर्जा माझ्या डोळ्यांमधून निघून तुझ्या शरीरात शिरेल. त्यामुळे तू आता गंगातीरी जाऊन स्नान कर आणि नवजात अर्भकाप्रमाणे निर्वस्त्र अवस्थेत माझ्यासमोर येऊन उभा राहा."

आता काय वाट्टेल ते झालं, तरीही या युद्धात हार पत्करायची नाही, असा दुर्योधनानं पण केला होता. त्यामुळे त्यानं तत्काळ गंगेकाठी जाऊन स्नान केलं आणि आपल्या मातेच्या आज्ञेचं पालन करून निर्वस्त्र अवस्थेतच तो तिच्या राहुटीपर्यंत जाऊन पोहोचला.

तो आत शिरणार इतक्यात कसा कोण जाणे, श्रीकृष्ण तिथे उगवला. विवस्त्र अवस्थेतल्या दुर्योधनाला पाहून उपरोधानं हसत तो म्हणाला, "दुर्योधना, अरे तू हे काय करतो आहेस?"

मग दुर्योधनानं आपण तशा अवस्थेत आपल्या मातेकडे का निघालो आहोत याचं कारण कृष्णाला विशद करून सांगितलं.

कृष्ण म्हणाला, "हे बघ, तुझ्या मातेचं तुझ्यावर नितांत प्रेम आहे आणि तुझीही तिच्यावर निस्सीम भक्ती आहे, याची मला कल्पना आहे. परंतु तू काही आता लहान बालक नाहीस. तू खुशाल असा एकही वस्त्र परिधान न करता स्वत:च्या मातेसमोर जाऊन उभा राहणार? हे मर्यादेला सोडून नाही का?"

खरं तर दुर्योधनालासुद्धा या अवस्थेत आपल्या आईसमोर जाण्याचा मनापासून खूप संकोच वाटतच होता. तो कृष्णाला म्हणाला, "मग आता मी काय करू?"

कृष्ण म्हणाला, "ही केळीची पानं घे आणि अंग झाक. निदान कमरेपासून गुडघ्यापर्यंतचा भाग तरी व्यवस्थित झाकून घे."

त्याचं म्हणणं ऐकून केळीची पानं कमरेभोवती गुंडाळून दुर्योधन गांधारीला भेटायला गेला.

तो जेव्हा गांधारीसमोर जाऊन उभा राहिला तेव्हा तिनं डोळ्यांवरची पट्टी काढून डोळे उघडले. ती आज आयुष्यात प्रथमच आपल्या मुलाला बघत होती. त्याचा आवाज जरी तिच्या परिचयाचा असला, तरी तिनं आजवर त्यालाच काय पण स्वत:च्या एकाही अपत्याला पाहिलेलं नव्हतं. त्याचा चेहरा पाहून तिचे डोळे ओलावले. तिची नजर त्याच्या मस्तकापासून खाली जात जशी त्याच्या शरीरावरून फिरू लागली तशी एक विलक्षण अद्‌भुत शक्ती व ऊर्जा आपल्या शरीरात प्रवेश करत आहे अशी त्याला जाणीव झाली. परंतु त्यानं कमरेला केळीची पानं गुंडाळून घेतल्याचं पाहताच तिची नजर बदलली.

"अरे बाळा," ती अतीव दु:खानं म्हणाली, "तू माझ्यासमोर जेव्हा येशील, तेव्हा जसा जन्मला होतास, त्याच अवस्थेत ये, असं मी तुला मुद्दाम सांगितलं होतं ना? मग तू स्वत:चं शरीर असं केळीच्या पानांनी झाकून का बरं घेतलंस? मी डोळे उघडून तुला पाहिल्यानंतर तुझं संपूर्ण शरीर एखाद्या हिऱ्यासारखं टणक आणि मजबूत बनलं असतं. मग भीमाच्या कोणत्याच गदाप्रहाराचा तुझ्यावर काहीही परिणाम झाला नसता. परंतु आता ते शक्य नाही. आता तू माझ्यासमोर शरीराचा जेवढा भाग झाकून उभा आहेस, तेवढा भाग पूर्वीसारखाच राहील. जर भीमाच्या गदेनं त्या भागावर प्रहार केला, तर तुला दुखापत होईल."

एवढं बोलून गांधारीनं स्वत:चे डोळे बंद करून त्यावर परत पट्टी बांधून टाकली.

आपल्या मातेनं डोळे उघडावे म्हणून दुर्योधनानं तिच्या कितीतरी विनवण्या केल्या; पण गांधारीनं त्याचं ऐकलं नाही. "आता त्याचा काहीच उपयोग होणार नाही. मी माझ्या नजरेतली दिव्यशक्ती गमावून बसले आहे," ती म्हणाली, "मी आता परत डोळे उघडू शकत नाही. बाळा, मला वाटतं तुझ्या प्रारब्धात हे असंच लिहिलेलं असावं, आणि ते काही मी बदलू शकत नाही. पण तू मला एक सांग. तुला असं स्वत:चं शरीर झाकून माझ्यापुढे यायला कुणी सांगितलं? कुठलीही माता आपल्या अपत्याकडे बघते, तेव्हा तिच्या नजरेत ते तिचं बाळच असतं. तिथे त्या व्यक्तीचं वय काय आहे, याचा काही संबंध नसतो."

"त्या गुराख्यानं हे माझ्या डोक्यात घुसवलं," दुर्योधन संतापून म्हणाला. कृष्णाच्या या हस्तक्षेपामुळे आज दुर्योधनाचं किती नुकसान झालं होतं. गांधारी हे ऐकून संतप्त झाली. तिच्या तोंडून शापवाणी बाहेर पडली. "हे कृष्णा, तू आमच्या

संपूर्ण कुळाच्या विनाशास कारणीभूत झालास. धृतराष्ट्र महाराजांना आणि मला आमच्या पुत्रांच्या मृत्यूचं दु:ख भोगावं लागलं. त्यामुळे मीही तुला आणि तुझ्या मातापित्यांना शाप देत आहे. तुम्हालासुद्धा तुमच्या पुत्रपौत्रांच्या मरणाचं दु:ख भोगावं लागेल. तुमच्या संपूर्ण कुलाचा विनाश होईल.''

कृष्णानं या शापवाणीबद्दल ऐकताच तो स्वत:शी म्हणाला, ''यादव कुळाचा अशा रीतीनं कुणा दुसऱ्यांकडून कधीही नाश होऊ शकत नाही. ते महाशक्तिशाली आहेत; परंतु जन्माला आलेल्या प्रत्येकाला एक ना एक दिवस मृत्यू येतोच. त्यामुळे यादवांचा मृत्यूसुद्धा अटळच आहे. परंतु हा शाप जर पूर्ण व्हायचा असेल, तर हे सर्व यादव एकमेकांमध्ये लढून स्वत:चा सर्वनाश करून घेतील. तेच जर त्यांचं प्राक्तन असेल, तर तसं घडू दे,'' कृष्णाचं मन या अशा विचारांनी जरासुद्धा विचलित झालं नाही.

त्यानंतर कित्येक दशकांनी गांधारीची ही शापवाणी खरी झाली. यादवांच्यात आपापसात घडून आलेल्या युद्धांमध्ये यादवी साम्राज्याचा अस्त झाला. कृष्णाची द्वारकानगरी उद्ध्वस्त झाली.

आजही जेव्हा स्थानिक पातळीवर लढाया घडून येतात, तेव्हा त्याला यादवी युद्ध असंच संबोधलं जातं.

गांधारीनं अशा प्रकारे कृष्णाला शाप दिल्यानंतर काही दिवसांत भीम आणि दुर्योधन गदायुद्धासाठी परस्परांसमोर उभे ठाकले.

त्यांचं गदायुद्ध सुरू झालं. आज काहीही झालं, तरी आपल्यापैकी एकाचा अंत निश्चित आहे, हे दुर्योधनाला कळून चुकलं होतं. त्याचं ज्या ज्या व्यक्तींवर प्रेम होतं, त्यातलं जवळपास कुणीच हयात नव्हतं. त्यामुळे आता त्याच्याकडे गमावण्यासारखं आणखी काहीच शिल्लक उरलेलं नव्हतं. या विचारानं दुर्योधन बेभान होऊन लढला. भीमाला आज दुर्योधनाचा सूड घेऊन हे युद्ध संपुष्टात आणायचं होतं.

दुर्योधन त्वेषानं, आक्रमकपणे लढत होता. भीमही दुर्योधनावर सर्व शक्तीनिशी प्रहार करत होता; पण दुर्योधनावर त्याचा काहीच परिणाम होत नव्हता. हे कसं, याचं कोडं भीमाला उलगडेना. तो बुचकळ्यात पडला. आता काही क्षणांतच दुर्योधनाकडून आपल्याला पराभव पत्करावा लागणार असं त्याला वाटू लागलं. त्यानं हतबलपणे कृष्णाकडे पाहिलं. भगवान कृष्णांनी त्या वेळी केवळ मंदस्मित करून स्वत:च्या हातानं स्वत:च्या मांडीवर थाप मारली. भीमाला काय समजायचं ते समजलं. त्यानं सर्व शक्तीनिशी दुर्योधनाच्या मांडीवर प्रहार केला.

तो प्रहार इतका मजबूत होता, की दुर्योधन जमिनीवर कोसळला. एखाद्या चवताळलेल्या वाघाप्रमाणे भीम त्याच्या जखमी मांडीवर एका मागून एक प्रहार करत राहिला.

भीमाच्या तोंडून प्रत्येक प्रहारानिशी संतप्त शब्द बाहेर पडते होते. दुर्योधनावर वार करत तो म्हणाला, ''तू लाक्षागृहात आमच्याशी जे काही वागलास, त्याची ही भेट!''

त्याच्यावर आणखी एक प्रहार करत भीम म्हणाला, ''आणि द्रौपदीच्या वस्त्रहरणाबद्दल हा एक प्रहार!''

''द्यूतामध्ये कपटकारस्थान करण्याची ही घे शिक्षा आणि आम्हाला वनवासात पाठवण्याबद्दल ही आणखी शिक्षा!'' असं म्हणत दुर्योधनाच्या जखमी मांड्यांवर त्यानं दोन जबरी प्रहार केले.

कृष्णानं त्याला शांत केलं. ''थांबव हे आता भीमा. हे बघ, तू त्याच्या मांड्या मोडून टाकल्या आहेस. हे युद्ध आता संपलं आहे. तू दुर्योधनाला पराभूत केलं आहेस.''

भीमानं दुर्योधनावर वार करणं थांबवलं. आता पुढे काय करावं हे न सुचल्यामुळे तो नुसता उभा राहिला.

''चल, आता आपण आपल्या राहुट्यांकडे जाऊ,'' असं म्हणून कृष्णानं त्याला आपल्याबरोबर नेलं.

हस्तिनापूरचा राजपुत्र आणि कौरवांमधील अखेरचा कौरव दुर्योधन तिथेच एकटा पडून होता. मरणाला सामोरा जाण्यासाठी.

या कथेत ज्या सरोवराचा उल्लेख आहे, ते सरोवर हरियाना राज्यात आजही असून त्याला 'ब्राह्मो सरोवर' म्हणून ओळखण्यात येतं.

◆

बार्बारिक

कुरुक्षेत्रावर कौरव-पांडव युद्ध सुरू होण्याच्या बराच काळ आधीची ही घटना आहे. पांडवांना जिवंत जाळून मारण्यासाठी दुर्योधनानं एक कट रचला होता. त्यानं पांडवांना राहण्यासाठी एक महाल बांधून दिला होता, ते वस्तुत: एक लाक्षागृह होते. ते लाखेमध्ये काही ज्वालाग्राही पदार्थ मिसळून त्यापासून बनवण्यात आलं होतं. एक दिवस पांडव बेसावध असताना या लक्षागृहाला आग लावून त्यात पांडव आणि त्यांची माता कुंती यांना मारून टाकण्याचा त्याचा बेत होता; परंतु पांडवांना या बेताची कुणकुण आधीच लागलेली असल्यामुळे ते आधी बनवलेल्या एका गुप्त मार्गानं कुंतीमातेसह योग्य वेळी निसटून रानात सुखरूप जाऊन पोहोचले. येथे ते वेषांतर करून राहू लागले.

या रानात राहत असतानाच पांडवांना हिडिंब नावाचा राक्षस भेटला. त्याला हिडिंबा नावाची एक बहीण होती. ती भीमाच्या प्रेमात पडली. त्या दोघांनी लग्नसुद्धा केलं. त्यांना जो मुलगा झाला, त्याचं नाव घटोत्कच.

काही काळानंतर पांडव जेव्हा आपल्या नगरीला परत जायला निघाले तेव्हा हिडिंबा भीमाला म्हणाली, "तुम्हाला जेव्हा कधी आपल्या मुलाच्या मदतीची गरज पडेल, तेव्हा तो तुमच्या सेवेला हजर होईल."

घटोत्कच जेव्हा मोठा झाला तेव्हा तो एक उमद्या, दिलदार मनाचा; पण अत्यंत पिळदार व बलशाली शरीराचा महाकाय तरुण बनला. भ्रामक रूप धारण करण्याची कला त्याला अवगत होती. काही काळानंतर त्याचा यादव कुळातील राजकन्या मौर्वी हिच्याशी विवाह झाला. तिच्यापासून त्याला एक पुत्र झाला. त्याचं नाव होतं बार्बारिक (ऊर्फ बेलारसेन)

बार्बारिक आपल्या मातेकडून युद्धविद्या शिकला आणि एका महान गुरूंच्या हाताखाली त्यानं धनुर्विद्येचे धडे घेतले. तो एक शूर व साहसी योद्धा होता. तो

भगवान शंकरांचा निस्सीम भक्त होता. शंकरांकडून त्याला एक फार मोठं वरदान मिळालं होतं. त्याच्याकडे तीन बाण होते. त्या बाणांचं लक्ष्य कधीच चुकत नसे. शिवाय बार्बारिक जोपर्यंत जिवंत राहील, तोपर्यंत ते बाण नेहमीच त्याच्याकडे राहतील असंही भगवान शंकरांनी त्याला सांगितलं होतं. जेव्हा बार्बारिकाच्या गुरूंना या अद्‌भुत वरदानाविषयी कळलं, तेव्हा ते चिंताग्रस्त झाले. ते आपल्या शिष्याला म्हणाले, ''याचा अर्थ तुझा पराभव आता कुणीच करू शकणार नाही. तेव्हा मला आता हे सांग, की युद्धात तू कुणाचा पक्ष घेणार?''

त्यावर क्षणभरही न घुटमळता बार्बारिक म्हणाला, ''जो पक्ष कमजोर असेल, दुर्बल असेल त्याची बाजू मी घेईन. कारण बरेचदा दुर्बलांना मदत करण्याची वेळ आली, की लोक कचरतात.''

गुरूंनाही ते पटलं. त्यांनी मान हलवून आपल्या शिष्यास आशीर्वाद दिले.

कुरुक्षेत्रावर लवकरच युद्ध सुरू होणार असल्याची घोषणा झाली तेव्हा बार्बारिक आपल्या मातापित्यांना आणि आजी आजोबांना भेटायला गेला. हिडिंबेनं पूर्वीच भीमाला एक वचन दिलं होतं. त्याची आता तिला आठवण झाली. ती आपला मुलगा घटोत्कच आणि नातू बार्बारिक याला म्हणाली, ''तुम्ही दोघांनीही या युद्धात सहभागी व्हायला पाहिजे. तुम्हीसुद्धा पांडवांच्या कुटुंबातलेच आहात. त्यांना जेव्हा जेव्हा तुमची गरज लागेल, तेव्हा तुम्ही त्यांच्या मदतीला धावून जाल, असं मी त्यांना वचन दिलं आहे. एकदा कुणाला शब्द दिला तर तो मोडणं योग्य नाही.''

मग आपल्या आईवडिलांचे व घरातील मोठ्यांचे आशीर्वाद घेऊन बार्बारिक पांडवांच्या छावणीत गेला. भीम आणि इतरांना त्याला भेटून अत्यानंद झाला. त्यांनी त्याचं मनःपूर्वक स्वागत केलं. त्याच्या अनन्यसाधारण युद्धकौशल्याविषयी ते ऐकून होते.

बार्बारिकच्या आगमनामुळे सर्व जण इतके उल्हसित झाले असले, तरी कृष्णानं चेहऱ्यावरून काहीच भावना दाखवल्या नाहीत. तो काही बोलला नाही व त्याचा चेहरा कोरा होता. बार्बारिक तिथेच राहू लागला. एक दिवस तो ध्यान करत बसलेला असताना कृष्ण त्याच्यापाशी जाऊन म्हणाला, ''तू इथे पांडवांच्या पक्षात का बरं आला आहेस?''

''त्यासाठी दोन कारणं आहेत,'' बार्बारिक म्हणाला, ''एक तर पांडव माझे कुटुंबीय आहेत. ती माझी माणसं आहेत. दुसरं म्हणजे त्यांच्यापाशी केवळ सात अक्षौहिणी सैन्य आहे. याउलट कौरवांकडे अकरा अक्षौहिणी सैन्य आहे. त्यामुळे कौरवांच्या तुलनेत पांडव कमजोर आहेत. मी माझ्या गुरूंना असं वचन दिलं आहे, की मी नेहमीच कमजोर पक्षाची साथ देईन.''

ते ऐकून कृष्ण काही न बोलता शांत राहिला. जरा वेळानं विषय बदलून तो

म्हणाला, "तुझ्याकडे जे अद्‌भुत, दैवी शक्ती असलेले बाण आहेत, त्याविषयी मला सांग."

"हो, सांगतो. ते सामान्य बाण नाहीत. मी पहिला बाण सोडल्यावर तो माझ्या शत्रूचा माग काढत जाईल व शत्रू सापडल्यावर माझ्याकडे परत येईल. पहिल्या बाणानं शोधून ठेवलेल्या शत्रूचा वेध घेऊन त्याची हत्या करण्याचं काम दुसरा बाण करेल. तिसरा बाण जास्तीचा बाण आहे."

हे युद्ध किती काळ चालेल याविषयी कृष्णानं अनेक मोठमोठ्या योद्ध्यांशी चर्चा केली होती. भीष्माचार्यांच्या मते हे युद्ध वीस दिवसांत संपुष्टात आलं असतं. द्रोणाचार्यांनी सव्वीस दिवसांचा अंदाज वर्तवला होता. कर्णाच्या मते हे युद्ध सत्तावीस दिवस चाललं असतं. अर्जुनानं हे युद्ध बरोबर अठ्ठावीस दिवसांत संपेल असं खात्रीपूर्वक कृष्णाला सांगितलं होतं.

आता कृष्णानं बार्बारिकलाही तोच प्रश्न केला, "बाळ, तुला काय वाटतं? हे युद्ध किती दिवस चालू राहील?"

"तीन दिवसांहून जास्त चालणार नाही," बार्बारिक म्हणाला.

"तसं जर असेल तर तू इथल्या सर्व योद्ध्यांमधला सर्वश्रेष्ठ योद्धा आहेस, असंच म्हणायला हवं. कदाचित खुद्द भीष्माचार्यांहूनही महान योद्धा असशील तू. तुला इथे हे झाड दिसतंय का?" कृष्ण बार्बारिकला म्हणाला.

बार्बारिकनं होकार दिला.

"आपण असं गृहीत धरू की या झाडावरचं प्रत्येक पान म्हणजे एक एक सैनिक आहे. ते सर्व जण तुझे शत्रू आहेस असं समज. आता तुझे बाण बाहेर काढ आणि तू काय करू शकतोस ते मला दाखव."

बार्बारिकनं डोळे मिटून आपल्या धनुष्याच्या प्रत्यंचेला एक बाण लावला. कृष्णानं घाईनं एक पान आपल्या पायाखाली लपवलं.

बार्बारिकनं डोळे उघडून बाण मारला. बाणाच्या एका टोकावर लाल खूण होती. त्या बाणानं झाडापाशी जाऊन झाडाच्या प्रत्येक पानाला स्पर्श करून एक लाल खूण उमटवली. एकदा हे काम पार पाडल्यावर बार्बारिकनं दुसरा बाण भात्यातून काढून धनुष्याच्या प्रत्यंचेला लावून बाण सोडला. तो बाण जो सुटला, तो प्रत्येक पानाचा संहार करून अखेर कृष्णाच्या पायाकडे वळला. कृष्णाच्या पायातून तो बाण वेधून गेला आणि त्यातून घळाघळा रक्त वाहू लागलं.

बार्बारिक ते पाहून फार अस्वस्थ झाला. तो क्षमायाचना करत म्हणाला, "महाराज, माझ्या बाणामुळे तुमच्या पायाला खूप मोठी दुखापत झाली. मला क्षमा करा."

"पण त्यात तुझा काहीच दोष नाही," कृष्ण त्याची समजूत काढत म्हणाला,

“मीच तुझ्या बाणांची परीक्षा पाहण्यासाठी मुद्दामच झाडाचं एक पान माझ्या पायाखाली दडवून ठेवलं होतं.”

“परंतु आता तुमच्या पायाचा जखमी झालेला भाग कायमचाच नाजूक होऊन बसला. तुम्ही कृपा करून तुमच्या पायाची नीट काळजी घ्या,” बार्बारिक कळकळीनं म्हणाला.

पण कृष्णाचं त्याच्या बोलण्याकडे लक्ष नव्हतं. तो वेगळ्याच विचारात गढून गेला होता. तो म्हणाला, “बार्बारिक, मला एक शंका आहे. आत्ता तू पांडवांच्या पक्षातून लढायचं म्हणत आहेस, कारण पांडवांची सेना लहान आहे. पण युद्धात एखादे वेळी कौरवांचे खूप सैनिक मारले गेले, तर मग त्यांची सेना पांडवांच्या तुलनेनं लहान होईल. मग तू कुणाच्या पक्षातून लढशील?”

“अं... मग...” बार्बारिक विचारात पडला. “मग मला कौरवांच्या पक्षातून लढावं लागेल,” तो म्हणाला.

“अरे, पण तसं झालं, तर पुन्हा पांडवांचे सैनिक मारले जातील. त्यांची सेना दुर्बल होईल. मग त्यानंतर तू काय करशील?” कृष्ण म्हणाला.

“मग... मग मला पांडवांच्या पक्षात परत यावं लागेल,” बार्बारिक म्हणाला.

“आणि जर समजा मी सर्व पांडवांना कुठेतरी लपवून ठेवलं, तर काय होईल? तुझा बाण त्यांना शोधून काढू शकेल का?”

“हो,” बार्बारिक म्हणाला, “अगदी नक्कीच शोधून काढू शकेल.”

“म्हणजे तू तुझ्या आजोबांची आणि त्यांच्या सर्व कुटुंबीयांची हत्या करशील?”

बार्बारिककडे या प्रश्नाचं उत्तर नव्हतं. तो गप्पच राहिला.

“तू तुझ्या गुरूंना जे मूर्खपणाचं वचन देऊन बसला आहेस, त्यामुळे तू तुझे ते महाशक्तिशाली बाण घेऊन एकदा या पक्षाच्या बाजूने, तर एकदा त्या पक्षाच्या बाजूने लढत राहशील. याचा शेवट असा होईल, की सगळेच मरण पावतील आणि फक्त तू जिवंत राहशील. बार्बारिक, कुणालाही एखादं वचन देणं, किंवा शपथ घेणं ही चांगलीच गोष्ट आहे. परंतु त्याचे दूरगामी परिणाम काय होतील याचा विचार माणसानं ते वचन देण्यापूर्वी केला पाहिजे. जरा नीट विचार कर. भीष्म पितामह यांनी आजन्म ब्रह्मचर्यव्रताचं पालन करण्याची जी शपथ घेतली, त्या शपथेतच या युद्धाचं मूळ कारण दडलेलं आहे. तुझ्या गुरुजींना दिलेल्या वचनाला जागण्यासाठी तू इथे आलास, पण कदाचित अखेरीस तू तुझ्या कुटुंबाचाच सर्वनाश करशील. तू खरं तर एक अतुलनीय योद्धा आणि एक कनवाळू पुरुष आहेस. पण... किती मोठी समस्या आहे ही!”

“पण मी या गोष्टीचा अशा तऱ्हेनं कधी विचारच केला नव्हता,” बार्बारिक म्हणाला, “पण आता तरी मी हे काहीही बदलू शकत नाही. मी गुरुजींना वचन

देऊन बसलो आहे,'' पण त्यानंतर बार्बारिकाला त्याच्या आजीची आठवण झाली. तो कृष्णाला म्हणाला, ''पण देवा, मी या युद्धात लढण्याचं माझ्या कुटुंबीयांना वचन देऊन बसलो आहे. त्याचं काय? मी आत्ता काय करू, ते तुम्हीच सांगा, देवा.''

''मी तुझा गुरू होऊन तुला मार्गदर्शन जरूर करीन,'' कृष्ण म्हणाला, ''पण त्यासाठी तुला मला गुरुदक्षिणा द्यावी लागेल.''

''मी तर तुमच्यासाठी माझं जीवनसुद्धा वेचायला तयार आहे, कृष्णा,'' बार्बारिक म्हणाला, ''मी तुम्हाला गुरुदक्षिणा म्हणून काय देऊ, ते फक्त सांगा.''

कृष्ण अत्यंत दु:खी स्वरात म्हणाला, ''ठीक आहे. तसं असेल तर मला तुझं मस्तक दे.''

बार्बारिक हलकेच हसला, ''अर्थातच मी ते देईन देवा, तुम्ही माझ्या गुरुदक्षिणेचा स्वीकार करण्याहून मोठी भाग्याची गोष्ट माझ्यासाठी काय बरं असेल? पण माझी एक अखेरची इच्छा आहे. तुम्ही त्यासाठी मला मदत करणार का?''

''हो, तुझी इच्छा नक्कीच पूर्ण होईल,'' कृष्ण म्हणाला.

''मी एक योद्धा आहे. मी जरी या युद्धात भाग घेऊ शकणार नसलो, तरी ते युद्ध पाहण्याची, अनुभवण्याची माझी इच्छा आहे. तुम्ही माझं मस्तक जरूर घ्या. परंतु मग मला युद्ध कसं पाहता येईल?''

''त्यात काहीच अडचण नाही, बार्बारिक,'' कृष्ण म्हणाला, ''जरी तुझं मस्तक तुझ्या शरीरापासून वेगळं झालं, तरीसुद्धा युद्ध संपुष्टात येईपर्यंत युद्धात घडणारी प्रत्येक गोष्ट तुला डोळ्यांनी पाहता येईल आणि कानांनी ऐकतासुद्धा येईल,'' कृष्ण म्हणाला.

त्यांचं हे संभाषण चालू असतानाच पांडव त्या ठिकाणी आले. संभाषणामधला हा शेवटचा भागच तेवढा त्यांच्या कानी पडला. कृष्णाच्या युद्धविषयक धोरणामधला हा एक बेत असावा, हे त्यांच्या लक्षात आलं; पण तरीही त्या सर्वांना अश्रू अनावर झाले. बार्बारिक हा त्यांचा नातू होता. त्याचं साहस आणि त्याची निष्ठा याचा त्या सर्वांना अत्यंत अभिमान होता.

बार्बारिकने सर्व थोरांना वंदन करून स्वत:च्या हातांनी स्वत:चं मस्तक धडावेगळं केलं.

एकदा हे केल्यावर कृष्ण भीमाकडे वळून म्हणाला, ''तुझ्या नातवाचं हे मस्तक इथून घेऊन जा आणि ते एका टेकडीच्या माथ्यावर नीट ठेव. कुरुक्षेत्रावर जेव्हा युद्ध सुरू होईल, तेव्हा त्याला ते नीट पाहता येईल. आजपासून जग त्याला 'महात्मा बार्बारिक' म्हणूनच ओळखेल. या युद्धासाठी स्वत:चे प्राण वेचणारा तो पहिला वीर आहे.''

कृष्णाच्या आज्ञेचं पालन करून भीमानं बार्बारिकाचं मस्तक एका टेकडीवर नेऊन ठेवलं. तेथून त्याला युद्धाच्या सर्व घडामोडी पाहता आल्या.

युद्धसमाप्तीनंतर पांडवांच्या पक्षातील सर्व जण एकत्र जमले. प्रत्येकानं या युद्धात आपण काय कामगिरी केली, ते इतरांना वर्णन करून सांगितलं.

"माझ्या गदायुद्धातील कौशल्यामुळे मी अनेक कौरवांचा नि:पात केला," भीम म्हणाला.

"आणि माझ्या बलशाली गांडीव धनुष्यामुळे द्रोणाचार्य, कर्ण आणि भीष्म पितामह यांचा मी पाडाव करू शकलो," अर्जुन म्हणाला.

त्यांचं हे संभाषण चालू असताना महर्षी व्यास तिथे आले. या युद्धात आपला विजय होण्यामध्ये सर्वांत मोठा वाटा कुणाचा आहे, हे तर आपल्यापैकी कुणीच सांगू शकणार नाही. कारण संपूर्ण चित्र आपल्या डोळ्यांपुढे कधीही आलं नाही. या युद्धात घडलेल्या प्रत्येक घटनेचा केवळ एकच साक्षीदार आहे, तो म्हणजे बार्बारिक. आपण त्यालाच विचारू," व्यास म्हणाले.

मग सर्व जण त्या टेकडीवर गेले. बार्बारिकचं मस्तक अजूनही तिथेच होतं.

तो म्हणाला, "मी या संपूर्ण युद्धाचं, त्यातील प्रत्येक क्षणाचं अत्यंत बारकाईनं निरीक्षण करत होतो. परंतु माझ्या मते या युद्धात पांडवांचा विजय होऊ शकला तो केवळ सुदर्शन चक्रामुळेच. ज्या दिवशी एखाद्या व्यक्तीच्या नशिबात मृत्यू लिहिलेला असे, त्या व्यक्तीभोवती सुदर्शन चक्र फिरताना मला दिसे. मग ती व्यक्ती भीष्माचार्य असोत, कर्ण असो किंवा दु:शासन. प्रत्येकाच्या मृत्यूची घटिका ही आधीच ठरलेली असते आणि त्या संदर्भात घडणाऱ्या इतर सर्व घटना म्हणजे केवळ त्या मृत्यूसाठी लागणारे एक निमित्त किंवा साधन असते. माझ्या मते या यशाचे कारण केवळ भगवान कृष्ण हेच आहेत."

त्यानंतर कृष्णानं बार्बारिकचं मस्तक त्याच्या धडाला जोडून त्याला जिवंत केलं.

परंतु त्यानंतर बार्बारिकनं आपल्या कुटुंबीयांकडे परत न जाण्याचा निर्णय घेतला. तो म्हणाला, "मी मानवजातीची सर्वांत घृणास्पद बाजू पाहिली. तुम्हा सर्वांची माझ्याकडून जशा प्रकारचं आयुष्य जगण्याची इच्छा आहे, ते काही मी जगू शकणार नाही. मला आता कोणतीही अद्‌भुत शक्ती नको अथवा सामर्थ्यशाली बाण नकोत. मला माझं उर्वरित आयुष्य साधू होऊन तपश्चर्येत घालवायचं आहे," त्यानंतर तो कृष्णाकडे वळून म्हणाला, "तुम्ही माझं खरोखरच कल्याण केलं आहे."

कृष्णानं मंदस्मित केलं. तो म्हणाला, "बार्बारिक, भविष्यात तू लोकांच्या स्मरणात राहशील. तू केलेल्या असीम त्यागामुळेच लोक तुला ओळखतील. तू

माझी निस्सीम भक्ती केल्यामुळेच तुझं नाव माझ्या नावाशी जोडलं जाईल. इथून पुढे सर्व जण तुला श्याम म्हणून ओळखतील.''

अशा रीतीनं या युद्धात कृष्णानंही कधीच शस्त्रांचा प्रयोग केला नाही. अर्जुनासमोर दोन पर्याय उपलब्ध असताना त्यानं कृष्णाच्या नारायणी सेनेची निवड न करता कृष्णाला आपल्या पक्षात बोलावून घेतलं. त्याचा हा निर्णय किती योग्य होता हे पुढे सिद्ध झालं.

या बार्बारिकला राजस्थानात लोक खटुश्याम या नावानं ओळखतात व त्याची उपासना करतात.

◆

उडुपीचा राजा (लोककथा)

कुरुक्षेत्रावर जेव्हा कौरव आणि पांडव यांच्यात युद्ध सुरू झालं तेव्हा आजूबाजूच्या देशांच्या राजेरजवाड्यांनासुद्धा कौरवांच्या अथवा पांडवांच्या पक्षात जाऊन या युद्धात सहभागी होणं भाग पडलं. त्यामुळे त्यांनाही आपापसात लढाई करावी लागली.

उदाहरणच द्यायचं झालं तर नकुल आणि सहदेव यांचा मामा शल्यराजाला या युद्धात जबरदस्तीनं कौरवांना पाठिंबा द्यावा लागला. त्याचप्रमाणे कृष्णाचे दोन मेहुणे राजा विंद आणि अनुविंद हे दोघेही कौरवांच्याच बाजूनं लढले. कौरवांपैकी फक्त एक म्हणजे युयुत्सु यानं पक्ष बदलून पांडवांच्या बाजूनं युद्धात लढणं पसंत केलं. कृष्णाचा भाऊ बलराम एकंदरीतच या युद्ध परिस्थितीमुळे इतका नाराज झाला, की तो सरळ यात्रेलाच निघून गेला.

उडुपीचा राजा मात्र या वेळी अत्यंत संभ्रमात पडला होता. नक्की कुणाचा पक्ष घ्यावा, कौरवांचा की पांडवांचा, हेच त्याला समजत नव्हतं. म्हणून तो म्हणाला, "मी युद्धकाळात मुदपाकखाना सांभाळीन आणि कौरव आणि पांडव अशा दोन्ही बाजूंच्या सेनेला जेवू-खाऊ घालीन."

मग युद्धाला तोंड फुटलं.

रोज उजाडलेला दिवस अनेक सैनिकांचे जीव घ्यायचा. दिवस मावळल्यावर दोन्ही बाजूंचे वाचलेले योद्धे मुदपाकखान्यात येऊन एकत्रच भोजन करायचे.

या ठिकाणी एक विचित्र गोष्ट प्रत्येकाच्या ध्यानात आली होती. संध्याकाळी सर्वांची जेवणं उरकली की भांड्यांमध्ये अन्नाचा कणही शिल्लक उरत नसे. रात्रीच्या जेवणाला किती माणसं उपस्थित राहणार आहेत, हे उडुपी राजाला बरोबर ठाऊक असे आणि तो त्याच बेतानं स्वयंपाक बनवून घेत असे. पण याचा असाही अर्थ होता, की त्या दिवशी किती सैनिक युद्धात धारातीर्थी पडणार आहेत, हेसुद्धा त्याला आधीच माहीत असे; पण ते कसं काय, हा प्रश्न पांडवांच्या मनात वारंवार उठू

लागला. एक दिवस उत्सुकता अनावर झाल्यामुळे ते त्याला म्हणाले, "महाराज, रोज रात्री युद्धभूमीवरून किती सैनिक जिवंत परत येऊन येथे भोजनासाठी उपस्थित राहतील, हे तुम्हाला नेमकं कसं काय ठाऊक असतं?"

त्यावर उडुपी राजा मंदस्मित करून म्हणाला, "मी एका छोट्याशा युक्तीचा अवलंब करून ते शोधून काढतो. मी रोज रात्री कृष्णाला एक पिशवी भरून शेंगदाणे देतो आणि त्यानंतर त्याच्या वागण्याचं नीट निरीक्षण करतो. तो एकूण किती शेंगदाणे खातो हा आकडा मला समजला, की त्या संख्येला मी एक हजारानं गुणतो. त्यावरून दुसऱ्या दिवशी किती सैनिक आपले प्राण गमावणार आहेत, याचा निष्कर्ष मी काढतो."

हे ऐकून पांडव आश्चर्यचकित झाले.

युद्धसमाप्तीनंतर कृष्णानं उडुपी राजाला बोलावून घेतलं. तो म्हणाला, "या युद्धात लढणाऱ्या सर्व सैनिकांना तू रोज पोटभर जेवूखाऊ घालत होतास, त्यांची काळजी घेत होतास. तू त्यांना जेवू घालताना कधीच पक्षपात केला नाहीस. तुझ्या पुढच्या पिढ्यासुद्धा उत्तमोत्तम चवदार खाद्यपदार्थ बनवण्यात निष्णात होतील आणि त्याही लोकांना असंच पोटभर जेवू घालतील."

असं म्हणतात की संपूर्ण भारतभर इतक्या मोठ्या संख्येनं उडुपी उपाहारगृहं दिसून येतात, ती याच कारणानं!

◆

निष्ठेचे फळ

विकर्ण हा धृतराष्ट्र आणि गांधारीचा पुत्र आणि कौरवांपैकी एक. महाभारताच्या कथेत तीन कौरवांचा वारंवार उल्लेख येतो– दुर्योधन, दुःशासन आणि विकर्ण. त्यापैकी दुर्योधन आणि दुःशासन हे दोघेही त्यांच्या दुर्वर्तनासाठी कुविख्यात आहेत. विकर्णानं मात्र वेळोवेळी आपल्या या भावांना दुर्वर्तन करण्यापासून परावृत्त करण्याचा प्रयत्न केला, त्यांचं मन वळवण्याचा प्रयत्न केला.

महाभारतामधे कौरव व पांडव यांच्यात झालेल्या कुप्रसिद्ध द्यूताच्या खेळामध्येसुद्धा विकर्णानंच हस्तक्षेप केला होता. मुळात कौरव हा खेळ कपटानंच खेळत होते आणि पांडव द्यूतात हरल्यानंतर कौरवांनी भर दरबारात द्रौपदीला खेचून आणून तिची अवहेलना करण्यास जेव्हा सुरुवात केली, तेव्हासुद्धा विकर्णानं त्याविरुद्ध आवाज उठवला होता. दुःशासनानं जेव्हा द्रौपदीची विटंबना सुरू केली तेव्हा भीष्माचार्य, द्रोणाचार्यांसारखे सत्पुरुष, तसेच महाराज धृतराष्ट्रसुद्धा काहीही न बोलता मूकपणे ते पाहत होते. एकटा विकर्णच कौरवांच्या विरोधात उभा राहिला होता.

त्यामुळे दुर्योधन आपल्या या भावावर चिडला होता; पण विकर्णानं मात्र आपला मुद्दा सोडला नाही. "भर सभेत द्रौपदीची विटंबना करून तू आपल्या पायावर कुऱ्हाड चालवली आहेस, आपल्या कुळावर विनाशाचं संकट ओढवून घेतलं आहेस," विकर्ण दुर्योधनाला म्हणाला.

कौरव-पांडव युद्ध झालं तेव्हा आपल्या भावांशी एकनिष्ठ राहून विकर्ण कौरवांच्या बाजूनं लढला. भीमानं क्षणभरही विचलित न होता इतर कौरवांची हत्या केली; परंतु त्यानं विकर्णाला मात्र स्पर्शसुद्धा केला नाही.

अखेर एक क्षण असा आला, की भीम आणि विकर्ण युद्धात समोरासमोर उभे ठाकले. विकर्ण म्हणाला, "हे युद्ध कौरव जिंकूच शकणार नाहीत, हे तुलाही माहीत आहे आणि मलाही. याचं मुख्य कारण असं, की कृष्ण तुमच्या बाजूनं उभा

आहे. द्यूताच्या खेळाला प्रारंभ झाल्यावर तो अयोग्य, अन्याय्य रीतीनं सुरू असल्याचं माझ्या लक्षात येताच, मी माझं कर्तव्य पार पाडून त्याला विरोध केला होता; परंतु आता या युद्धात माझ्या भावांच्या पाठीशी उभं राहणं हे माझं कर्तव्य असून ते मी पार पाडणार आहे."

अशा रीतीनं भीम आणि विकर्ण या दोघा चुलतभावांमध्ये घनघोर गदायुद्ध झालं व अखेर भीमानं विकर्णाचा वध केला. भीमाला मात्र याचं अतीव दु:खं झालं. तो शोक करू लागला. तो विकर्णाच्या मृतदेहाशेजारी बसून रुदन करू लागला, "विकर्णा, काय योग्य आणि काय अयोग्य हे तुला पूर्णपणे ठाऊक होतं. परंतु तुझ्या नशिबात काय घडणार, हे तर विधिलिखितच होतं. तू या युद्धात धर्माऐवजी निष्ठेची निवड करून आपल्या अधर्मी भावांशी एकनिष्ठ राहिलास. हे युद्ध म्हणजे तुझ्या-माझ्यासारख्यांसाठी एक शापच आहे."

रामायणातील कुंभकर्णाची कथा आणि महाभारतातील विकर्णाची कथा बऱ्याच अंशी मिळतीजुळती आहे. कुंभकर्ण आणि विकर्ण या दोघांनाही योग्य मार्ग कुठला हे नीट ठाऊक होतं. योग्य आणि अयोग्य यांची त्यांना पारख होती; पण तरीही ते दोघंही आपल्या दुर्जन भावांशी एकनिष्ठ राहिले व भावांसाठी त्यांनी मरण पत्करलं.

◆

सोनेरी मुंगूस

पांडवांनी कुरुक्षेत्रावर कौरवांचा पराभव करून विजय प्राप्त केल्यानंतर युधिष्ठिरानं राज्याची धुरा आपल्या हाती घेतली. त्यानंतर त्यानं अनेक यज्ञयाग केले. पुष्कळ दानधर्मसुद्धा केला. तो आपल्या दारी आलेल्या याचकाला कधीच विन्मुख पाठवत नसे. थोड्याच दिवसांत त्याच्या दानशूरपणाची ख्याती दूरवर पसरली.

एक दिवस एक लहानसं मुंगूस युधिष्ठिराच्या नुकत्याच संपन्न झालेल्या एका यज्ञाच्या ठिकाणी आलं आणि यज्ञकुंडातील राखेमध्ये ते लोळू लागलं. जरा वेळात ते उठलं. त्याचं अर्ध अंग सोनेरी दिसत होतं.

थोड्या वेळानंतर ते मानवी आवाजात युधिष्ठिराला म्हणालं, "हे राजा युधिष्ठिरा, मी आजपर्यंत तुझ्या यज्ञयागांच्या आणि तुझ्या दानशूरपणाच्या पुष्कळ कथा ऐकल्या आहेत. तू नेहमी गरजवंतांना सढळ हातानं मदत करतोस, अशी तुझी ख्याती आहे; पण आज मात्र माझी अत्यंत निराशा झाली आहे. तूही सर्वसामान्यांप्रमाणेच यज्ञयाग करत असशील, असं मला वाटलं नव्हतं."

मुंगसाचे ते शब्द ऐकून युधिष्ठिर मनातून दुखावला. "मी हा यज्ञ करताना सर्व नियम अत्यंत काटेकोरपणे पाळलेले आहेत. तू माझ्या या यज्ञाला सर्वसामान्यांसारखा यज्ञ असं म्हणून का बरं हिणवतो आहेस?" तो म्हणाला.

"हे बघ, महान यज्ञ म्हणजे काय असतो, ते मी स्वत: अनुभवलेलं आहे," मुंगूस म्हणालं.

मुंगसाच्या तोंडचे शब्द ऐकून उपस्थितांमध्ये शांतता पसरली. सर्व जण जिवाचा कान करून मुंगसाचं बोलणं ऐकू लागले.

"इथून अगदी जवळ असलेल्या एका खेड्यात एक वृद्ध आपली पत्नी, मुलगा आणि सून यांच्यासह राहत असे. ते खूप गरीब होते. ते कसेबसे आपला उदरनिर्वाह करत असत. असं म्हणतात, की संकटं कधी एकटी येत नाहीत. नेमका त्या भागात

दुष्काळ पडला आणि त्या कुटुंबावर उपासमारीची वेळ आली.

"एक दिवस त्या वृद्धाला कुठेतरी थोडेसे तांदूळ मिळाले. त्यानं ते आपल्या पत्नीच्या स्वाधीन केले. पत्नीनं भात शिजवून त्याचे चार सारखे भाग केले. कुटुंब जेवायला बसलं. पहिला घास घेणार इतक्यात दारावर थाप पडली. वृद्धानं दार उघडलं. दारात एक अत्यंत थकलाभागला माणूस उभा होता. तो कोणत्याही क्षणी जमिनीवर कोसळून पडेल, इतका गलितगात्र दिसत होता. वृद्धाला त्याची दया आली. त्यानं त्याला घरात बोलावलं. 'तू भुकेला दिसतो आहेस,' वृद्ध त्याला म्हणाला.

'हो, मी गेले कित्येक दिवस नुसता भटकतो आहे. गेल्या कितीतरी दिवसांत मी जेवलेलोच नाही,' तो पाहुणा म्हणाला.

'तू अगदी योग्य वेळात इथे येऊन पोहोचलास. आम्ही आत्ता जेवायला सुरुवातच करत होतो,' असं म्हणून त्या वृद्धानं स्वतःचं जेवणाचं पान त्याच्यापुढे ठेवलं आणि म्हणाला, 'तू आता जेवून घे बरं.'

"तो पाहुणा इतका भुकेलेला होता, की त्यानं आपल्या यजमानाचे आभारसुद्धा न मानता जेवायला सुरुवात केली आणि पुढ्यातल्या थाळीतला तो भात क्षणार्धात फस्त केला. त्यानंतर तो आशाळभूत नजरेनं पुन्हा त्या वृद्धाकडे पाहू लागला. त्याचं पोट अजून भरलेलं नव्हतं.

"मग त्या वृद्धाच्या पत्नीनं पुढे येऊन आपल्या वाट्याचा भात त्याला दिला. तो वृद्ध आश्चर्यानं आपल्या पत्नीकडे पाहू लागला. त्यावर ती म्हणाली, 'हा आपला अतिथी आहे. तुम्ही तुमच्या वाट्याचं अन्न त्याला देऊन स्वतः उपाशी राहायला तयार झालातच ना? मग मीही तसंच करणं योग्य नाही का? ते तर माझं कर्तव्यच आहे.'

"मग त्या पाहुण्यानं तिच्या वाट्याचा भातसुद्धा खाऊन टाकला. तरीही त्याची क्षुधा शमलेलीच नव्हती. त्याचा चेहरा अजूनही अत्यंत भुकेला दिसत होता. मग त्या वृद्धाचा मुलगा आपल्या वाट्याचा भात त्याला देत म्हणाला, 'जर माझे आईवडील उपाशी राहू शकतात, तर मग मीही राहू शकतो.'

"अशा रीतीनं त्या पाहुण्यानं मुलाच्याही वाट्याचा भात खाऊन टाकला.

"अखेर त्या वृद्धाच्या सुनेनंही तिचा वाटा त्या पाहुण्याला देऊ केला. त्यावर तो वृद्ध म्हणाला, 'पोरी, तू या घरात सर्वांत लहान आहेस. मी तुला कसा उपाशी राहू देईन?'

"त्यावर ती तरुण सून स्मित करून म्हणाली, 'आलेल्या अतिथीला पोटभर जेवू घालणं म्हणजे ईश्वरासाठी यज्ञ करण्यासारखंच आहे. तुम्ही तिघांनी स्वतः उपाशी राहून याला जेवू घातलंत. मग या यज्ञात मला माझ्या वाट्याची आहुतीसुद्धा

द्यायची आहे.’

‘‘अखेर तिनंही स्वत:च्या पानातला भात त्याला खाऊ घातला. त्या पाहुण्यानं त्या कुटुंबीयांना भरभरून आशीर्वाद दिले. तो म्हणाला, ‘तुम्ही स्वत:साठी काहीच राखून न ठेवता सगळंच्या सगळं अन्न मला देऊन टाकलंत. मी आजवर इतके यज्ञयाग पाहिले; पण आजच्या या यज्ञाइतका महान यज्ञ मी तरी अजून कुठेच पाहिलेला नाही. ईश्वर तुमच्यावर कृपेचा वर्षाव करो.’

‘‘जणू काही परमेश्वरानंच त्यांची ही कसोटी घेतली होती. आणि ते सर्व जण त्या कसोटीला पूर्णपणे उतरले. मग खुद्द ईश्वर त्यांना नेण्यासाठी खाली आला आणि त्यांना स्वर्गलोकी घेऊन जाऊ लागला.

‘‘नेमका त्याच वेळी मी तिथून चाललो होतो. ते सर्व जण स्वर्गलोकी निघालेले मी डोळ्यांनी पाहिले,’’ मुंगूस उपस्थितांना खणखणीत आवाजात सांगत होतं. उपस्थित माणसं मंत्रमुग्ध होऊन त्याचं बोलणं ऐकत होती. ‘‘मी तिथे आजूबाजूला पाहिलं, तर जमिनीवर पडलेली भाताची शितं मला दिसली. मला काही कळायच्या आत मी त्या शितांवरून घसरून तिथेच पडलो. मी उठून पाहिलं, तर माझ्या शरीराच्या ज्या बाजूला त्या शितांचा स्पर्श झाला होता, ती सोन्याची झाली होती.’’

मग त्या मुंगसानं स्वत:च्या शरीराचा अर्धा हिस्सा सर्वांना दाखवला. तो उन्हात सुवर्णासारखा चमकत होता, ‘‘खरं तर मला माझं राहिलेलं शरीरही सोन्याचं व्हावं वाटत होतं. पण आता तिथे आणखी भाताची शितं शिल्लकच नव्हती. त्यामुळेच तर माझं हे असं अर्धं अंग सोन्याचं आहे. मी गावोगाव फिरतोय. जिथे कुठे यज्ञयाग चालू असेल तिथे जाऊन मी यज्ञकुंडाची रक्षा माझ्या अंगावर रगडतो. पण अजून तरी माझं उरलेलं अंग सोन्याचं झालेलं नाही. आजही मी इथे मोठ्या आशेनं आलो होतो. मी राजा युधिष्ठिरांच्या दानशूरतेविषयी, त्याच्या सतत चालू असलेल्या यज्ञयागाविषयी ऐकून होतो. आपली इच्छा या ठिकाणी तरी नक्कीच पूर्ण होणार, अशी मला खात्रीच वाटत होती. पण तसं झालंच नाही. महाराज, त्या गरीब कुटुंबाच्या यज्ञाइतका तुमचा यज्ञ पवित्र नाही. त्या कुटुंबानं जो स्वार्थत्याग केला होता, त्याला तर तोडच नाही.’’ एवढं बोलून ते मुंगूस निघून गेलं आणि बघता बघता दिसेनासं झालं.

राजा युधिष्ठिर मनोमन लज्जित झाला. आज त्याला फार मोठी शिकवण मिळाली होती– तुम्ही करत असलेलं दान किती मोठं आहे, त्याचं मूल्य किती जास्त आहे, याला खरं तर काही महत्त्व नसतं. कोणताही यज्ञ करताना त्यामागची त्यागाची भावना आणि आत्म्याची शुद्धता ही जास्त महत्त्वाची असते.

◆

शेवटचा पुत्र

ही कुरुक्षेत्रावर कौरव-पांडवांमध्ये युद्ध घडून येण्याच्या आधी घडलेली कथा आहे. त्या वेळी पांडव त्यांच्या इंद्रप्रस्थ नगरावर राज्य करीत होते. एक दिवस एक माणूस अर्जुनाकडे येऊन म्हणाला, "अर्जुना, काही वन्य पशू माझ्या गाईगुरांना रोज त्रास देतात. कृपया तुम्ही त्यांचा काहीतरी बंदोबस्त करा."

आपल्या दारी मदतीची याचना करीत आलेल्या प्रत्येकाच्या मदतीला धावून जाणं, हे अर्जुन आपलं कर्तव्य मानत असे.

परंतु नेमकं याच वेळी त्याचं धनुष्य आणि त्याचे बाण युधिष्ठिराच्या शयनकक्षात होते. युधिष्ठिर आणि द्रौपदी तेथे विश्रांती घेत असल्यामुळे धनुष्यबाण घेण्यासाठी तेथे जाणं अर्जुनाला उचित वाटलं नाही. द्रौपदी ही पाचही पांडवांची पत्नी असल्यामुळे त्या सर्वांमध्ये असा एक अलिखित नियम होता की ती ज्या भावासोबत असेल, त्या ठिकाणी राहिलेल्या कुणीही जायचं नाही. या नियमाचा जर कुणी भंग केलाच तर त्या व्यक्तीला एक वर्ष वनवासात जावं लागेल.

अर्जुन मोठ्या बिकट परिस्थितीत सापडला. त्यानं या गोष्टीवर बराच विचार केला. मग त्यानं असा निर्णय घेतला की, संकटग्रस्ताला मदत करणं हे या परिस्थितीत जास्त महत्त्वाचं असल्यानं आत्ता हा नियम मोडण्यास हरकत नाही. त्यासाठी लागेल ती शिक्षा भोगण्याची अर्जुनाची तयारी होती. त्यामुळे अर्जुनानं अजिबात आवाज न करता अलगद पावलांनी युधिष्ठिराच्या शयनकक्षात शिरून आपलं धनुष्यबाण आणलं आणि त्या माणसाबरोबर जाऊन त्याला त्रास देणाऱ्या वन्य पशूंचा बंदोबस्त केला.

अर्जुनानं परत आल्यावर घडलेली गोष्ट स्वत:च युधिष्ठिराच्या कानावर घातली. त्यानं नियमाचा भंग केला होता आणि त्यासाठी जी शिक्षा असेल, ती भोगायला तो तयार होता. ठरल्याप्रमाणे तो वनवासात जाण्यासाठी घरातून निघाला. निघण्यापूर्वी

तो आपल्या कुंतीमातेची भेट घेण्यासाठी गेला. त्यानं तिला प्रणाम करताच तिनं त्याला आशीर्वाद दिला, ''कल्याणमस्तु, कल्याणमस्तु, कल्याणमस्तु!'' (तुझं भलं होवो.)

अर्जुनानं आपल्या शिक्षेपैकी अर्धा काळ वेषांतर करून आजूबाजूच्या राजधान्यांमध्ये भ्रमंती करण्यात व्यतीत केला. आजवरच्या आयुष्यात त्यानं खूप कीर्तीचा अनुभव घेतला होता. त्यामुळे आता वेषांतर करून फिरत असताना त्याला मजा वाटत होती; कारण त्याला कुणीच ओळखत नव्हतं. सर्वसामान्यांचा जीवन जगण्यातील आनंद तो अनुभवत होता.

असाच फिरता फिरता तो मणिपूर राज्यात आला. राजधानीच्या बाहेर असलेल्या एका मंदिरात तो वास्तव्य करून राहिला. इथून त्याला राज्यात कुठे कुठे, काय काय चाललं आहे याचं निरीक्षण करता येत होतं. इथे एक विस्मयकारक गोष्ट त्यानं पाहिली. राजदरबारातील सर्व अधिकाराची पदं स्त्रिया भूषवत होत्या.

मणिपूरचा राजा चित्रभान याला एक अत्यंत सुंदर कन्या होती. तिचं नाव चित्रांगदा. ती स्वत: युद्धविद्येत निपुण होती. एकदा वेषांतर केलेला देखणा अर्जुन राजकन्या चित्रांगदेच्या दृष्टीस पडला. त्याला बघताक्षणीच ती त्याच्या प्रेमात पडली. राजा चित्रभानानं अर्जुनाला आपल्या कन्येशी विवाह करण्याची विनंती केली; पण अर्जुनानं ती अमान्य केली. तो म्हणाला, ''मला इंद्रप्रस्थाला जायचं आहे.'' अर्जुनानं त्यांना खरं काय ते सांगून टाकलं, ''मणिपूरनगरी मला कितीही प्रिय असली तरीही मला इथे कायमचं राहता येणार नाही.''

परंतु राजा चित्रभानानं आपला हट्ट सोडला नाही. तो म्हणाला, ''तरीही तू माझ्या मुलीशी विवाह करावास, अशीच माझी इच्छा आहे. त्यानंतर तुला जेव्हा इथून जावंसं वाटेल, तेव्हा तू जाऊ शकतोस; परंतु माझी मुलगी चित्रांगदा काही तुझ्याबरोबर येऊ शकणार नाही. तिला इथेच राहावं लागेल. त्याचप्रमाणे तुम्हा दोघांना काही संतती झाली, तर तिलाही इथेच राहावं लागेल. तुमची अपत्यं या माझ्या राज्याचे वारसदार असतील. त्यांचं घर इथेच असेल.''

अर्जुनानं ते मान्य करून राजकन्या चित्रांगदेशी विवाह केला.

चित्रांगदेमुळेच अर्जुनाची तिच्या मैत्रिणीशी– उलुपी हिच्याशी ओळख झाली. उलुपी ही नागकन्या होती. अर्जुनाला पाहताक्षणी तीसुद्धा त्याच्या प्रेमात पडली. तिनंही अर्जुनाशी विवाह केला; परंतु चित्रांगदेप्रमाणेच तिलासुद्धा नागलोक सोडून अर्जुनाबरोबर इंद्रप्रस्थास परत जाणं शक्य नव्हतं.

काही दिवसांनी अर्जुनाची परत जायची वेळ जवळ आली. मग तो निघाला आणि आधी द्वारकेला गेला. तिथे त्याचा सुभद्रेशी विवाह झाला. एक वर्षानंतर अर्जुन सुभद्रेसह इंद्रप्रस्थास परत गेला.

असं म्हणतात की, अर्जुनाला इंद्रप्रस्थ सोडण्यापूर्वी कुंतीनं 'कल्याणमस्तु' असा आशीर्वाद एकूण तीन वेळा दिला होता, याचं कारण तो घरातून निघून घरी परत येण्याच्या कालावधीत त्याचे तीन विवाह होणार होते.

यानंतर काही वर्षांनी कुरुक्षेत्रावर कौरव आणि पांडव यांच्यात घनघोर युद्ध घडून आलं. यात अपरिमित मनुष्यहानी तर झालीच, पण अख्खा स्वर्गलोकसुद्धा ढवळून निघाला. अखेरीस जेव्हा पांडवांचा विजय झाला तेव्हा धर्माचं राज्य पुनर्प्रस्थापित झालं.

या युद्धात कर्णाचा मृत्यू झाल्यामुळे त्याचा पुत्र वृषकेतू हा अतिशय एकाकी झाला होता. या युद्धाच्या समाप्तीनंतरच कर्णाच्या जन्माचं रहस्य पांडवांना समजलं. त्यामुळे आपल्या हातून हे काय घडलं या कल्पनेनं ते अत्यंत व्यथित झाले. त्यांनी त्यांच्या भावाची अत्यंत निर्घृण हत्या केली होती. त्यामुळे त्यांनी कर्णाचा पुत्र वृषकेतू याला आपलं मानायचं ठरवलं आणि त्याच्यावर प्रेमाचा वर्षाव केला.

असाच काही काळ गेला. एक दिवस युधिष्ठिरानं अश्वमेध यज्ञ करावयाचं ठरवलं. यज्ञ झाल्यावर यज्ञाचा घोडा देशोदेशी भ्रमण करीत निघाला. जे कुणी त्या घोड्याला अडविण्याचं धाडस करतील, त्याच्याशी दोन हात करण्यासाठी त्या घोड्याच्या पाठोपाठ अर्जुनही निघाला.

अनेक देश पादाक्रांत करून अखेरीस तो घोडा माहेश्वती नगरीमध्ये थांबला. या नगराचा राजा होता नीलध्वज. हा श्रीकृष्णाचा निस्सीम भक्त होता. त्याच्या पत्नीचं नाव होतं ज्वाला. त्यांना स्वाहा नावाची एक कन्या होती. हिचा अग्निदेवाशी विवाह झाला होता. अग्नी आपल्या श्वशुरगृही राहून राज्याचं रक्षण करीत असे.

आपली माता ज्वाला हिच्या सांगण्यावरून नीलध्वजाचा पुत्र प्रवीर यानं अश्वमेध यज्ञाचा घोडा पकडून बांधून ठेवला. परंपरेनुसार अश्वमेध यज्ञाचा घोडा जर कुणी अडवला तर त्या कृत्याचा अर्थ तो घोडा ज्या राजानं सोडलेला असेल त्याच्या विरोधात उभं ठाकण्यासारखं होतं. नीलध्वजानं आपल्या मुलाला तो घोडा ताबडतोब सोडून देऊन युधिष्ठिर राजाचं मांडलिकत्व स्वीकारण्याची आज्ञा केली; कारण पांडव हे कृष्णाच्या अत्यंत जवळचे होते. परंतु त्याची पत्नी ज्वाला हिला ही गोष्ट मुळीच मान्य नव्हती. 'आपण पांडवांपुढे मान का तुकवायची,' असा प्रश्न करून तिनं नीलध्वजाला त्याच्याविरुद्ध भडकावलं.

ज्वालेनं आपल्या जावयाला म्हणजेच अग्नीला बोलावून घेतलं आणि आपण जे काही सांगू, ते तो करेल असं त्याच्याकडून वचन घेतलं. त्यानं तिला तसं वचन दिल्यावर ती म्हणाली, "तू अर्जुनाची संपूर्ण सेना आणि त्यांच्या छावण्या जाळून खाक कर. लवकरच त्यांच्यात आणि आपल्यात लढाई होणार असून त्यात आपलाच विजय झाला पाहिजे."

तिचं बोलणं ऐकून अग्नीला धक्काच बसला. तो म्हणाला, "माते, कृपा करून मला हे असं काही करायला सांगू नकोस. अर्जुन हा कृष्णाला अत्यंत प्रिय आहे, हे सर्वांनाच माहीत आहे. आपण हे असं काही करणं अन्यायकारक आहे."

ज्वाला काहीच ऐकायला तयार नव्हती. तिचा हट्ट कायम होता. अखेर अग्नीनं नाइलाजानं अर्जुनाच्या सेनेची, त्यांच्या छावण्याची राखरांगोळी करण्यास सुरुवात केली.

मग या पसरत चाललेल्या आगीचा प्रतिकार करण्यासाठी अर्जुनानं पर्जन्यास्त्राचा वापर करायला हवा, असा सर्वांनी त्याला सल्ला दिला. एकदा हे अस्त्र त्यानं सोडलं असतं की सगळीकडे पाणलोट आले असते; परंतु अर्जुनानं तसं केलं नाही. अग्निदेवानं खांडववनाचा कसा घास घेतला होता, त्याची भूक किती मोठी होती, याची अर्जुनाला पूर्ण कल्पना होती. त्यामुळे त्यानं अग्निदेवाची आराधना सुरू केली. अग्नीनं हा संहार थांबवावा म्हणून अर्जुनानं त्याची करुणा भाकली. त्यानं अग्निदेवाला असंही सांगितलं की, त्याच्या पत्नीचा म्हणजेच द्रौपदीचा जन्म यज्ञकुंडातून झालेला असल्यामुळे ती अग्निदेवाची कन्या होती. याचा अर्थ अर्जुन अग्निदेवाचा जावई होता.

अग्नीनं त्याच्या बोलण्यावर विचार केल्यानंतर सर्व संहार थांबविला.

त्यानंतर अर्जुनाच्या सेनेची आणि नीलध्वजाच्या सेनेची आपापसात लढाई झाली. अखेर अर्जुनानं नीलध्वजाचा पुत्र प्रवीर याची हत्या केली. या लढाईत नीलध्वजही जखमी झाला व अखेरीस अर्जुनाला शरण आला.

आपल्या पुत्राच्या निधनाची आणि नीलध्वजाच्या पराजयाची वार्ता ऐकून ज्वाला दुःखी आणि संतप्त होऊन राजधानी सोडून बाहेर पडून गंगा नदीच्या काठी जाऊन उभी राहिली. गंगेकडे पाहताच तिला गंगापुत्र भीष्म याची आठवण झाली. ती गंगेला म्हणाली, "गंगामाते, तुला तुझ्या मृत पुत्राबद्दल, भीष्माबद्दल काहीच वाटत नाही का? अर्जुनानं कपटानं तुझ्या पुत्राचा वध केला. त्यानं तुझ्या पुत्राला शरपंजरी निजवून अतिशय यातना दिल्या आणि हे सगळं तू त्याला करू दिलंस. आता आमच्या राज्याचा त्यानं कसा विनाश केला आहे ते पाहा."

ज्वालाचे ते शब्द गंगेच्या काळजात रुतले. ती अस्वस्थ आणि शोकाकुल झाली. अर्जुनानं आपल्या पुत्राची कशी हत्या केली, याची तिला आठवण झाली. तिनं अर्जुनाला शाप दिला, "अर्जुना, एक दिवस तू तुझ्या पुत्राच्या हातूनच मारला जाशील."

त्यानंतर ज्वालेनं एका बाणाचं रूप धारण केलं आणि ती मणिपूरचा तरुण राजा बभ्रुवाहन याच्या भात्यात जाऊन बसली. अश्वमेध यज्ञाचा घोडा आता मणिपूर नगराकडेच निघाला होता.

बभ्रुवाहन राजानं अश्वमेध यज्ञाचा घोडा अडवून अर्जुनाला आव्हान दिलं. अर्जुनानं ते स्वीकारलं.

हा बभ्रुवाहन अर्जुन आणि चित्रांगदा यांचा पुत्र होता. परंतु अर्जुन आणि बभ्रुवाहन हे एकमेकांना ओळखत नव्हते. अर्जुन मणिपूरनगरी सोडून निघाल्यानंतर बभ्रुवाहनाचा जन्म झाला होता. चित्रांगदेनं आपली मैत्रीण उलुपी हिच्या मदतीनं बभ्रुवाहनाला एक कुशल योद्धा बनवलं होतं. अर्जुनाचा हा मुलगा त्याच्या इतकाच शूर होता.

इकडे अर्जुन मणिपूरनगरात आलेला आहे हे चित्रांगदेला कळताच तिनं बभ्रुवाहनाला त्याच्या जन्माचं रहस्य सांगितलं. अर्जुन हे आपले पिता असल्याचं समजताच बभ्रुवाहनाचा आनंद गगनात मावेना.

तो मेवामिठाई आणि भेटवस्तू घेऊन आपल्या वडिलांच्या स्वागतासाठी गेला. आपण अर्जुनाचे पुत्र असल्याचं त्यानं अर्जुनाला सांगितलं; पण अर्जुनाचा त्याच्यावर विश्वास बसला नाही. तो बभ्रुवाहनास भ्याड समजला. तो म्हणाला, "अरे, तू तर रणांगण सोडून पळून चालला आहेस. तू भेकड आहेस. मी कोण आहे हे तुला आता नीट कळून चुकलं आहे. माझ्याशी दोन हात करण्याची तुझी पात्रताच नाही. ही तर चक्क शरणागती आहे."

"नाही तात, कृपया माझ्यावर विश्वास ठेवा. माझी माता चित्रांगदा हिनं मला तुमच्याविषयी सर्व काही सांगितलं आहे. आज आपण एकमेकांना प्रथमच भेटत आहोत. मी तुमच्यासाठी या ज्या भेटवस्तू आणल्या आहेत, त्याचा माझ्या प्रेमाचं प्रतीक म्हणून तुम्ही स्वीकार करा. तुमची जर इच्छाच असेल, तर मी तुमच्याशी लढायला तयार आहे. मी जर खरंच तुमचा मुलगा असेन, तर मी तुम्हाला नक्कीच हरवेन."

त्याच क्षणी चित्रांगदासुद्धा त्या ठिकाणी येऊन पोहोचली; परंतु अर्जुनानं तिला ओळखलं नाही.

अर्जुनाकडून आपल्या मातेचा असा अपमान झालेला बभ्रुवाहनाला मुळीच सहन झाला नाही. तो संतप्त झाला. "तुम्ही कशा प्रकारचे पती आहात? ठीक आहे, तुम्हाला माझ्याशी लढाईच करायची आहे ना? मग आपण एकमेकांशी लढू."

पिता आणि पुत्र एकमेकांशी लढणार, ही कल्पना चित्रांगदेला फार असह्य वाटली.

"माते," बभ्रुवाहन चित्रांगदेला म्हणाला, "तूही युद्धविद्येत निपुण आहेस, साहसी आहेस. ये आणि माझ्या बाजूने लढ."

"मी तुझी आई बनण्यापूर्वी अर्जुनाची पत्नी झाले. मी तुझ्या वडिलांशीच एकनिष्ठ आहे." चित्रांगदा म्हणाली. ती अर्जुनापाशी गेली आणि त्याच्या संमतीशिवायच तिनं त्याच्या रथाचं सारथ्य करण्यास सुरुवात केली.

बभ्रुवाहनाला आता काय करावं तेच कळेना. तो एक आज्ञाधारक पुत्र होता आणि उत्तम शासनकर्ता होता; पण त्याच्या नशिबानं आज हा काय खेळ मांडला होता? त्याचे स्वत:चे आईवडीलच त्याच्या विरुद्ध युद्धास उभे ठाकले होते.

त्या वेळी नागकन्या उलुपी त्याच्या मदतीला धावून आली. "तू केवळ माझा विद्यार्थीच नाहीस, तर माझं तुझ्यावर निरतिशय प्रेम आहे. माझ्या मते, ज्या स्त्रीचा पती तिला ओळखूसुद्धा शकत नाही, जो पती आपल्या पत्नीला विसरून गेला आहे अशा पतीपेक्षा त्या स्त्रीचा पुत्रच तिच्या दृष्टीनं महत्त्वाचा असला पाहिजे. त्यामुळे मी तरी या युद्धात माझ्या पुत्राचाच पक्ष घेणार."

असं बोलून उलुपीनं बभ्रुवाहनाच्या रथाचं सारथ्य करण्यास सुरुवात केली. पिता आणि पुत्र यांच्यात घनघोर लढाई सुरू झाली.

काही वेळातच अर्जुनाला एक गोष्ट कळून चुकली. बभ्रुवाहन युद्धात अर्जुनापेक्षा कितीतरी जास्त कुशल होता. अखेर बभ्रुवाहनानं आपल्या भात्यातून तो खास बाण काढला. तो बाण म्हणजे खरं तर बाणाचं रूप धारण केलेली ज्वालाच होती. त्या बाणानं अर्जुनाचा वेध घेतला. तो तिथल्या तिथे मृत्युमुखी पडला. त्याच्या पुत्राच्या हातूनच त्याला मरण आलं.

चित्रांगदा शोकाकुल झाली. ती बभ्रुवाहनाला म्हणाली, "बभ्रुवाहना, तू तुझ्या स्वत:च्या पित्याचीच हत्या का केलीस? त्यांच्याकडून चूक घडली असेलही; पण तरी ते तुझे पिताच होते ना? तुझे जन्मदाते होते ना? तुझ्यामुळेच उलुपीच्या आणि माझ्या नशिबी आज वैधव्य आलं आहे."

उलुपी शांत होती. अजूनही सगळं काही संपलेलं नाही, ही तिला मनातून जाणीव झाली. तिनं अर्जुनाला पाण्याखाली असलेल्या नागलोकात नेलं, त्याच्या शरीरात भिनलेलं सगळं विष काढून टाकलं आणि त्याला पुन्हा जिवंत केलं.

अर्जुनानं डोळे उघडल्यावर गतकाळातील सर्व स्मृतीसुद्धा त्याच्या मनात जागृत झाल्या. त्यानं बभ्रुवाहनाचा पुत्र म्हणून स्वीकार केला. त्यामुळे गंगामातेची शापवाणीसुद्धा सफल झाली.

◆

नशीबवान मुलगा

केरळच्या राजाचा मुलगा चंद्रहास हा जेव्हा जन्माला आला तेव्हा त्याच्या डाव्या पायाला सहा बोटे होती. त्याच्या जन्मानंतर अगदी थोड्याच दिवसांत त्याच्या वडिलांना एका लढाईत वीरगती प्राप्त झाली. त्या धक्क्यानं त्याची आईसुद्धा मरण पावली.

लहानग्या चंद्रहासचं लालनपालन त्यांच्या घरची दाई करू लागली. ती अत्यंत विश्वासू व प्रामाणिक होती. हा देश तान्ह्या बाळासाठी सुरक्षित राहिलेला नाही, असं लक्षात येताच ती त्याला घेऊन कुंतल देशात जाऊन राहू लागली. काही वर्षं तिनं त्याचा सांभाळ केला, पण नंतर तिचंही निधन झालं. बिचारा चंद्रहास या जगात एकटा पडला. त्याला आपलं म्हणावं असं कुणीच उरलं नव्हतं. नशिबानं त्याच्या शेजारपाजारचे लोक खूप कनवाळू असल्यानं त्यांनी त्याला आसरा दिला. त्याला ते रोज जेवूखाऊसुद्धा घालू लागले.

एक दिवस चंद्रहास नदीकाठी एकटाच खेळत असताना त्याला तिथे एक काळा कुळकुळीत आणि एखाद्या गोटीसारखा तुकतुकीत दिसणारा दगड सापडला. त्यानं तो तत्काळ उचलून आपल्या तोंडात घालून गालामध्ये जपून ठेवला. काही दिवसांतच एक विस्मयकारक गोष्ट त्याच्या लक्षात आली. जेव्हा कधी चंद्रहास तो दगड आपल्या गालात धरून काहीही बोले, तेव्हा त्याचे ते शब्द खरे होत. या दगडामध्ये नक्कीच काहीतरी रहस्य दडलेलं आहे, हे त्याच्या लक्षात आलं. मग त्यानं तो दगड एका ब्राह्मणाला दाखविला.

“अरे, हा तर विष्णू शाळिग्राम आहे,” ब्राह्मण म्हणाला.

“हे बघ, याला तू असा तोंडात धरत जाऊ नको. घरी याची रोज नियमितपणे पूजा करत जा. त्याचबरोबर भगवान विष्णूंची आराधना करीत जा. त्यामुळे तुझी नक्की भरभराट होईल.”

चंद्रहासनं त्या ब्राह्मणाच्या सांगण्यानुसार त्या शाळिग्रामाची रोज मनोभावे पूजा करण्यास सुरुवात केली.

कुंतल देशाचा प्रधान दुष्टबुद्धी नावाचा एक माणूस होता. नावाप्रमाणेच त्याचा स्वभाव दुष्ट आणि वाकडा होता. एक दिवस त्याने अनेक विद्वानांना आपल्या घरी भोजनाचं निमंत्रण दिलं. त्या दुष्टबुद्धीच्या घराच्या बाजूलाच चंद्रहास काही मुलांबरोबर खेळत होता. तिथे भोजनासाठी आलेल्या पाहुण्यांपैकी एकाचं त्याच्याकडे लक्ष गेलं. या मुलामध्ये नक्की काहीतरी खास आहे, असं त्या पाहुण्याला बघताक्षणी जाणवलं. मग त्यानं चंद्रहासच्या जवळ जाऊन त्याच्या हातांच्या तळव्यांचं आणि पावलांचं नीट निरीक्षण केलं. तो मोठ्यांदा उद्‌गारला, ''हा मुलगा भाग्यवान आहे. एक ना एक दिवस हा या देशाचा राजा होईल.''

हे भाकीत दुष्टबुद्धीच्या कानावर पडताच तो सावध झाला. हे असं काही घडलं तर आपले सर्वच मनोरथ धुळीला मिळतील, हे त्याच्या लक्षात आलं. दुष्टबुद्धीला दोन अपत्यं होती. एक मुलगा आणि एक मुलगी. मुलाचं नाव होतं मदन आणि मुलीचं विषया. एक ना एक दिवस आपल्या मुलाचा विवाह कुंतल देशाची राजकन्या चंपाकमलिनी हिच्याशी लावून द्यायचा, म्हणजे राजा म्हातारा झाल्यानंतर राज्याची सर्व सूत्रं आपल्या मुलाच्या हाती येतील, अशी स्वप्नं तो पाहत होता. त्यामुळे हा कोण कुठला अनाथ मुलगा, ज्याला दोन वेळचं पोटभर जेवण मिळण्याची भ्रांत आहे, असा हा मुलगा आपल्या मुलाऐवजी या देशाचा राजा होणार, ही कल्पना त्याला मुळीच सहन झाली नाही.

दुष्टबुद्धीनं एक कपटकारस्थान रचलं. त्यानं आपल्या नोकरांना बोलावून त्यांना या चंद्रहासचा काटा काढायला सांगितला. त्या मोबदल्यात त्यांना भरपूर द्रव्य देण्याचं आमिषही दाखवलं.

मग ते नोकर चंद्रहासला भुरळ पाडून काहीतरी निमित्तानं रानात घेऊन गेले. तेथे त्यांनी चंद्रहासला मारून टाकण्याची तयारी सुरू केली. आता ते आपला जीव घेणार असल्याचं चंद्रहासच्या लक्षात येताच तो त्यांना म्हणाला, ''कृपा करून मला फक्त काही क्षणांचा अवधी द्या. मी माझ्या या शाळिग्रामाची एकदा अखेरची प्रार्थना करतो.''

नोकरांनी ते मान्य केलं.

चंद्रहास शाळिग्रामापुढे हात जोडून प्रार्थना म्हणत असताना अचानक नोकरांना सिंहाची गर्जना ऐकू आली. त्यांनी मागे वळून पाहिलं तर सिंह त्यांच्या मागेच उभा होता. तो झेप घेण्याच्या पवित्र्यातच होता. भीतीनं नोकरांची गाळण उडाली. शुद्ध हरपून ते तिथल्या तिथे कोसळले. चंद्रहास पळत पळत जवळच्या झऱ्यापाशी गेला. तिथून पाणी घेऊन येऊन ते त्यानं त्या नोकरांच्या नाकातोंडावर शिंपडलं. ते सर्व

जण शुद्धीवर आले. चंद्रहासचा हा कनवाळूपणा त्यांच्या हृदयाला स्पर्शून गेला. त्याला मृत्यूपासून वाचवण्यासाठीच जणू तो सिंह अगदी ऐन वेळी त्या ठिकाणी आला होता, हेही त्यांच्या लक्षात आलं. मग त्यांनी त्याला मारण्याचा बेत बदलला. त्यांनी त्याला सोडून दिलं; परंतु त्याला आपण मारून टाकलं आहे हे आपल्या धन्याला पटवून दिल्याशिवाय आपली काही सुटका नाही, हे त्यांना माहीत होतं. त्यामुळे त्यांनी जाण्यापूर्वी चंद्रहासच्या डाव्या पायाचं ते जास्तीचं बोट कापून बरोबर घेतलं. ते बोट पाहून चंद्रहास खरोखरच मरण पावल्याची दुष्टबुद्धीची खात्री पटली आणि त्यांनी नोकरांना बक्षीस दिलं.

इकडे चंद्रहास रानात एकटाच पडून होता. आत्यंतिक वेदनेनं तो तळमळत होता, रडत होता. मग त्यानं भगवान विष्णूंची करुणा भाकली.

नेमका त्याच वेळी कुंतल देशाच्या मांडलिक राज्याचा राजा कलिंडा हा तिथून चालला होता. हा इतका लहान मुलगा वेदनांनी तळमळत, विव्हळत पडलेला पाहून त्याला त्याची दया आली. त्यानं त्या मुलाला आपल्या घरी घेऊन जायचं ठरवलं. कलिंडा आणि त्याच्या पत्नीच्या पोटी संतान नव्हतं. मग त्यांनी चंद्रहासालाच दत्तक घेऊन त्याचा सख्ख्या मुलाप्रमाणे सांभाळ केला. चंद्रहास आता त्यांच्या जमातीच्या राज्याचा राजपुत्र झाला. कलिंडाच्या राज्याची खूप भरभराट झाली. प्रजा चंद्रहासला त्याबद्दल दुवा देऊ लागली.

आदिवासी जमातीच्या टोळ्यांबद्दल आणि आदिवासींच्या या उमद्या, देखण्या राजकुमाराविषयी दुष्टबुद्धीच्या कानावर आलं. तो मुद्दाम त्या राजकुमाराची भेट घ्यायला गेला. दुष्टबुद्धीची चंद्रहासशी जेव्हा भेट झाली, तेव्हा त्याला पाहताक्षणीच त्याच्या ही गोष्ट लक्षात आली की, हा कलिंडाचा सख्खा मुलगा असणं शक्यच नाही. मग त्यानं कलिंडा राजाकडे खोदून खोदून चौकशी केली. आपल्याला आपला मुलगा रानात कुठे आणि कसा सापडला, याची कथा त्यानं दुष्टबुद्धीला सांगितली. आपल्या नोकरांनी आपल्याला हातोहात फसवल्याचं त्याच्या लक्षात आलं. आपल्या नोकरांना याची चांगली शिक्षा देण्याचं त्यानं ठरवलं; पण आता सर्वांत प्रथम त्याच्या डोळ्यांपुढे एकच उद्दिष्ट होतं, ते म्हणजे त्या चंद्रहासला ठार मारणं. त्यानं खूप विचार करून एक योजना आखली.

तो राजा कलिंडाच्या प्रासादात राहत असतानाच त्यानं चंद्रहासला जवळ बोलावून एक बंद लिफाफा त्याच्या हाती ठेवला. तो म्हणाला, "राजधानीत एक अत्यंत महत्त्वाचं काम उद्‌भवलं आहे आणि माझा फक्त तुझ्यावरच विश्वास आहे. बाकी कुणावरही नाही, तर कृपया तू स्वतःच हे पत्र घेऊन जा आणि माझा मुलगा मदन याला ते दे."

दुष्टबुद्धीनं त्या लिफाफ्यातील पत्राद्वारे आपला मुलगा मदन याला असं सांगितलं

होतं की, हे पत्र तुझ्याकडे जो घेऊन येईल त्याला ताबडतोब मारून टाक.

चंद्रहासाला अर्थातच या कारस्थानाची काहीच कल्पना नव्हती; त्यामुळे तो ताबडतोब ते पत्र घेऊन राजधानीकडे निघाला.

चंद्रहास इतका मोठा प्रवास प्रथमच करत होता. तो जेव्हा राजधानीत जाऊन दाखल झाला तेव्हा तो अत्यंत थकला होता. राजधानीच्या बाहेरच एक नितांत रमणीय उद्यान होतं. आपण या उद्यानात जरा वेळ विश्रांती घेऊन नंतरच पुढे जावं असा विचार करून तो तिथे थांबला. थकल्यामुळे त्याला क्षणार्धात झोप लागली.

ते उद्यान राजाच्या मालकीचं होतं याची त्याला काहीच कल्पना नव्हती. नेमकी त्याच वेळी दुष्टबुद्धीची मुलगी विषया आपल्या काही मैत्रिणींबरोबर त्या उद्यानात आली. तिथे गाढ झोपलेल्या तरुण, देखण्या चंद्रहासाला पाहून ती त्याच्या प्रेमात पडली. ती त्याच्या जवळ गेली. त्याच्या डोक्याशीच तो बंद लिफाफा पडलेला होता. त्यावरचं हस्ताक्षर तिच्याच वडिलांचं होतं आणि ते पत्र त्यांनी तिच्या भावाच्या नावे लिहिलेलं होतं. ते पाहताच तिची उत्सुकता अनावर झाली. तिनं ते उघडून वाचण्यास सुरुवात केली. त्या पत्रातील मजकूर असा होता :

प्रिय मदन,

मी तुला जे करायला सांगत आहे, ते तुला जरा विचित्र वाटेल. पण एक गोष्ट लक्षात ठेव, तुझे वडील कारणाशिवाय कुठलीही गोष्ट करीत नाहीत. तू एक काम कर, हे पत्र तुझ्याकडे जो घेऊन येईल त्याला तू तत्काळ विष दे. तू माझ्या परत येण्याची मुळीच वाट पाहू नको आणि या गोष्टीची इतर कुणाबरोबर चर्चा करू नकोस.

तुझे वडील,
दुष्टबुद्धी

विषयानं ते पत्र वाचलं. कुठेतरी काहीतरी चुकत होतं एवढं नक्की. पत्र घेऊन येणाऱ्याला विष दे? छे, आपले वडील असं कसं लिहितील? विषयानं यावर जरा वेळ विचार केला. ती त्या झोपलेल्या तरुणाच्या इतकी आकंठ प्रेमात बुडून गेली होती, की त्या पत्रातल्या मजकुराचा तिनं स्वत:ला सोयिस्कर अर्थ लावला. 'हे पत्र वडिलांनी घाईघाईनं लिहिलं असणार. खरं म्हणजे त्यांना असं म्हणायचं असेल की पत्र घेऊन येणाऱ्याला तू तत्काळ विष दे म्हणजे, त्या तरुणाशी माझं लग्न लावून देण्याविषयीच त्यांना सुचवायचं असेल. फक्त गडबडीत विषयाऐवजी त्यांच्या हातून *विष* असा शब्द लिहिला गेला असावा.' विषयाच्या मनात असे विचार येत होते.

जरा वेळ विचार केल्यावर तिला स्वत:चा हा युक्तिवाद पटला. तिनं जवळ

पडलेलं आंब्याच्या झाडाचं वाळकं पान उचलून त्याचं देठ तोडलं. तिनं त्या देठाची टोकदार बाजू काजळात बुडवली आणि तिनं पत्रातील विष या शब्दापुढे 'या' असं अक्षर काढून विषया असा शब्द तयार केला. पत्र लिफाफ्यात परत घालून लिफाफा बंद करून तो तिनं होता त्या जागी परत ठेवून दिला.

चंद्रहास अजूनही गाढ झोपेतच होता.

जरा वेळानं जाग आल्यावर लिफाफा घेऊन तो मदनकडे गेला. मदननंसुद्धा पत्रातील सूचनेनुसार कोणताही विलंब न लावता आपल्या बहिणीचं लग्न चंद्रहासशी करून दिलं.

काही दिवसांनंतर दुष्टबुद्धी राजधानीत परतला. चंद्रहास आता आपला जावई बनलेला असून, आपली मुलगी विषया त्याच्या प्रेमात आकंठ बुडून गेली असल्याचं पाहून त्याला प्रचंड धक्का बसला. राजदरबारात राजा आणि इतर सर्व उपस्थित मान्यवरांनी दुष्टबुद्धीला त्याच्या मुलीच्या विवाहानिमित्त शुभेच्छा दिल्या. तो संतप्त झाला.

दुष्टबुद्धीची अजूनही चंद्रहासला जिवे मारण्याची इच्छा होती. एक दिवस तो चंद्रहासला जवळ बोलावून म्हणाला, "आमच्या कुटुंबात अशी प्रथा आहे की, नव्या जावयाने शहराबाहेर असलेल्या महामाया मंदिरात दर्शनाला जावे. त्याप्रमाणे तू पूजेचे तबक घेऊन मंदिरात जाऊन देवीची यथासांग पूजा कर."

चंद्रहासला आपल्या सासऱ्याच्या मनात काही काळंबेरं असेल, अशी जरासुद्धा शंका आली नाही. तो लगेचच मंदिराकडे निघाला.

त्या वेळी दुष्टबुद्धीचा मुलगा मदन हा राजप्रासादामध्ये राज्यकारभाराची कामं करण्याच्या कामी कुंतल देशाच्या राजाला मदत करण्यात गुंतला होता. राजाला काही महत्त्वाच्या बाबतीत चंद्रहासचा सल्ला घ्यावासा वाटला, म्हणून त्यानं चंद्रहासला बोलावून आणण्यासाठी मदनला पाठवलं.

मदन तत्काळ राजप्रासादातून बाहेर पडून चंद्रहासला शोधायला निघाला. त्याला वाटेत चंद्रहास भेटला. तो बाहेर निघाल्याचं त्यानं मदनला सांगितलं.

त्यावर मदन म्हणाला, "पण तू आधी आत्ताच्या आत्ता राजवाड्यात चल. महाराजांनी तुला बोलावणं पाठवलं आहे."

त्यावर चंद्रहास म्हणाला, "अरे, पण तुझ्या वडिलांनी मला ताबडतोब महामाया मंदिरात जायला सांगितलंय. ते म्हणाले, तिथे जाणं अत्यंत महत्त्वाचं आहे."

मदन म्हणाला, "चंद्रहास, अरे ही राजाज्ञा आहे. तू काळजी करू नकोस– ते मंदिरातल्या पूजेचं मी बघतो; पण तू महाराजांना तिष्ठत ठेवू नको. ते पूजेचं तबक मला दे आणि तू ताबडतोब राजवाड्याकडे जा."

त्यावर चंद्रहासानं मोठ्या नाइलाजानं हातातलं पूजेचं तबक मदनकडे सोपवलं.

तो राजवाड्याकडे जाऊन महाराजांबरोबर चर्चेसाठी बसला.

राजाची आणि चंद्रहासची यापूर्वीही अनेकदा भेट झालेलीच होती. आपल्यानंतर राजगादीला हाच योग्य वारस आहे असं त्याला मनापासून वाटत होतं. राजा त्याला म्हणाला, "चंद्रहास, तू माझी मुलगी चंपाकमलिनी हिच्याशी विवाह करून या राज्याची सर्व सूत्रं हाती घ्यावीस अशी माझी इच्छा आहे. माझा तुझ्यावर विश्वास आहे. तू एक उत्तम शासनकर्ता होशील!"

चंद्रहासच्या मनात महाराजांविषयी खूप आदर होता. त्यांच्या इच्छेला मान देण्यासाठी त्यानं या प्रस्तावाला होकार दिला.

"हे बघ, चंद्रहासा," राजा म्हणाला, "आता माझं वय झालं आहे. आता मी किती घटका किंवा किती पळांचा सोबती आहे, हे काही सांगता येणार नाही. तर तुझा आणि माझ्या कन्येचा विवाह आत्ता इथेच व्हावा, असं मला वाटतंय."

इकडे मदन पूजेचं तबक घेऊन महामायेच्या मंदिरात पोहोचला. तिथे त्याच्या वडिलांनी चंद्रहासाचा काटा काढण्यासाठी पाठविलेले मारेकरी लपून बसले होते. दुरून मदन येत असलेला पाहून ते त्याला चंद्रहासच समजले आणि मागचा पुढचा विचारही न करता त्यांनी त्याचा वध केला.

राजवाड्यात अगदी साध्या पद्धतीनं चंद्रहास आणि चंपाकमलिनी यांचा विवाह पार पडला.

त्यानंतर काही तासांनी चंद्रहास आणि चंपाकमलिनी विवाहबद्ध झाले असून इथून पुढे सर्व राज्यकारभार चंद्रहासच्या हाती आल्याची बातमी दुष्टबुद्धीच्या कानावर आली. त्याचबरोबर त्याचा स्वत:चा मुलगा मदन महामायेच्या मंदिरात पूजा करण्यासाठी गेला असताना त्याची हत्या झाल्याची बातमीसुद्धा त्याला समजली. दुष्टबुद्धीला आता स्वत:ची चूक उमगली. आपल्या मुलाच्या मृत्यूला आपणच कारणीभूत झाल्याच्या भावनेनं तो अस्वस्थ झाला. आता जगण्यात तरी काय अर्थ आहे, असं त्याला वाटू लागलं. मग त्यानं तत्काळ महामायेच्या मंदिरात जाऊन प्राणत्याग केला.

चंद्रहासला जेव्हा दुष्टबुद्धी आणि मदन यांच्या मृत्यूची बातमी समजली तेव्हा तो तातडीनं महामायेच्या मंदिरात गेला. आपला सासरा व मेहुणा यांचे हरपलेले प्राण परत यावेत, म्हणून त्यानं महामायेची प्रार्थना केली; परंतु त्यात त्याला यश आलं नाही. त्यांच्या निष्प्राण शरीरात प्राण परत आले नाहीत. मग दु:खावेगानं चंद्रहासानं स्वत:च प्राणत्याग करण्याचं ठरविलं. चंद्रहास आपली किती कळकळीनं आणि मनापासून प्रार्थना करीत होता, हे देवी महामायेच्या लक्षात आलं. ती त्याच्या समोर प्रकट झाली आणि तिनं दुष्टबुद्धी आणि मदन यांच्या कलेवरात प्राण फुंकले. दोघंही जिवंत होऊन उठून बसले.

आयुष्यात प्रथमच दुष्टबुद्धीला स्वत:च्या दुष्कर्मांची लाज वाटली. त्यानं चंद्रहासला मारून टाकण्याचा तीन वेळा प्रयत्न केला होता आणि तरीही दुष्टबुद्धी आणि मदन यांना जिवंत करण्यासाठी त्यानंच देवीची करुणा भाकली होती.

काही काळानंतर चंद्रहास कुंतल देशाचा राजा झाला. त्यानं आपले वडील कलिंडा यांच्या राज्याची सूत्रंसुद्धा आपल्या हाती घेतली. त्याला दोन पुत्र झाले. तो बलशाली तर होताच, शिवाय न्यायानं राज्यकारभार करणारा होता. त्याच्या राज्यात त्याची प्रजा सुखासमाधानानं राहत होती. त्याच्या प्रजेची त्याच्यावर निस्सीम भक्तीसुद्धा होती.

एक दिवस दोन्ही राजपुत्र राजधानीत फेरफटका मारण्यासाठी गेलेले असताना पांडवांच्या अश्वमेधाचा घोडा त्यांना भेटला. त्यांनी ताबडतोब राजवाड्यात जाऊन ही वार्ता आपल्या वडिलांना सांगितली. चंद्रहास ते ऐकून खूश झाला. त्यानं अर्जुनाला व श्रीकृष्णाला आपल्या राजप्रासादात येऊन आपल्या आतिथ्याचा स्वीकार करण्याची प्रार्थना केली. त्या अश्वमेध यज्ञाची सांगता करण्याच्या कामात त्यानं अर्जुनाला आणि श्रीकृष्णाला मदत केली आणि पांडवांबद्दलची आपली निष्ठा सिद्ध केली.

असं म्हणतात, की कुंतल देश हा आजच्या कर्नाटक राज्यातील कोतंपूर आणि बनवासी या दोन गावांच्या मधोमध होता. या कथेमध्ये ज्या महामाया मंदिराचा उल्लेख आला आहे, ते कुकुनुरु गावात असलेलं लक्ष्मीमातेचं मंदिरच आहे.

आजही नेपाळमधल्या गंडकी नदीच्या काठी काळे कुळकुळीत गोल आणि गुळगुळीत असे खास दगड सापडतात. त्यांनाच शाळिग्राम म्हणतात. या दगडांवर काही नैसर्गिक नक्षी असते. त्या विशिष्ट नक्षीच्या प्रकारांवरून त्यांचं सुदर्शन शाळिग्राम, विष्णू शाळिग्राम आणि नृसिंह शाळिग्राम असं वर्गीकरण करण्यात येतं.

◆

चंडी आणि उद्दालक

युधिष्ठिराच्या अश्वमेध यज्ञाचा घोडा जेव्हा देशविदेश पादाक्रांत करीत निघाला तेव्हा त्याच्याबरोबर कर्णाचा मुलगा वृषकेतू हाही निघाला. एक दिवस तो घोडा विंध्य खोऱ्यातील सौरभ ऋषींच्या आश्रमात जाऊन पोहोचला. त्याच्याबरोबर वृषकेतू व त्याची सेनाही तेथे जाऊन पोहोचली. सौरभ ऋषींनी त्याचं आणि त्याच्या सेनेचं प्रेमानं स्वागत केलं. ते सर्व जण आश्रमाच्या ओसरीमध्ये बसले. समोरच एक अतिशय मोठा दगड होता.

अचानकपणे तो यज्ञाचा घोडा त्या दगडाजवळ जाऊन त्यावर आपलं अंग घासू लागला. बघता बघता त्या दगडाचं एका सुंदर तरुणीत रूपांतर झालं. कुणाचाही स्वत:च्या डोळ्यांवर विश्वासच बसेना. मग सर्वांच्या आश्चर्यचकित मुद्रा पाहून सौरभ ऋषींनी त्यांना चंडीची कथा सांगण्यास सुरुवात केली.

"कोणे एके काळी उद्दालक नावाचे मुनी राहत होते. त्यांच्या पत्नीचं नाव चंडी. तिच्या कोपिष्ट स्वभावामुळेच तिला हे नाव पडलं होतं. उद्दालक मुनी तिला जे काही करायला सांगत, त्याच्या अगदी विरुद्ध ती वागत असे. कुणालाही आपल्या घरी बोलावणं, कुणाचाही पाहुणचार करणं हे त्या मुनींना तिच्या या अशा स्वभावामुळे दुरापास्त होऊन बसलं होतं. कारण असं काही करण्याची इच्छा व्यक्त करणं म्हणजे वादविवादाला निमंत्रण देण्यासारखं होतं. असेच बरेच दिवस लोटले. आता घरातील सततच्या अशांतीमुळे ते मुनी अगदी गांजून गेले होते.

"एक दिवस उद्दालक मुनींना दुसरे एक ऋषी भेटले. त्यांचं नाव कौंडिण्य. उद्दालक मुनींनी डोळ्यांत पाणी आणून आपली ही परिस्थिती त्यांना सांगितली.

"कौंडिण्य ऋषी त्यांची समजूत काढत म्हणाले, 'उद्दालका, ही परिस्थिती कशी हाताळायची हे तू नीट शिकून घे. एक गोष्ट तर स्पष्टच आहे की तू तुझ्या पत्नीपेक्षा फारच जास्त सहनशील आहेस. मग तू आता जरा वेगळ्या पद्धतीनं वागून

बघ. तुला जर तुझ्या पत्नीकडून कोणतीही गोष्ट करून घ्यावयाची असेल, तर त्याच्या बरोबर विरुद्ध गोष्ट तू तिला करायला सांग. तुला तिचा स्वभाव चांगला माहीत आहे. तू जे काही सांगशील त्याच्या उलट ती वागेल म्हणजे थोडक्यात तुला जसं हवं तसंच ती करेल. कदाचित त्यामुळे तुझं आयुष्य थोडं सुखकर होईल.'

"उद्दालक मुनींना हा सल्ला पटला. ते तिथून घरी येऊन आपल्या पत्नीला म्हणाले, 'चंडी, तू आज काहीही स्वयंपाक करू नकोस. मी आज दिवसभर उपवास करणार आहे.'

"चंडीनं तासाभरातच खूप खपून उत्तम स्वयंपाक केला आणि ती त्यांचं पान वाढून त्यांच्याकडे घेऊन आली. 'तुम्ही भोजन केलंच पाहिजे. तुम्ही तुमच्या प्रकृतीची काळजी घेतलीच पाहिजे.' ती म्हणाली.

"हे आश्चर्य घडलेलं पाहून उद्दालक मुनींचा आनंद खरं तर गगनात मावत नव्हता; पण त्यांनी तो आनंद चेहऱ्यावर दिसू दिला नाही. 'हे तर फारच चांगलं चाललंय!' ते मनात म्हणाले, 'हे मला आधी का बरं नाही सुचलं?'

"दुसऱ्या दिवशी सकाळी उद्दालक मुनी चंडीला म्हणाले, 'आज तू घराची साफसफाई करू नको. ते घाणच राहू दे.'

"त्यानंतर ते रोजच्यासारखे सकाळी फिरायला निघून गेले. घरी परत येऊन पाहतात तर काय, संपूर्ण घर आरशासारखं लख्ख आणि स्वच्छ होतं.

"या नवीन प्राप्त झालेल्या गुरुमंत्रामुळे उद्दालक मुनींचं आयुष्य सुखासमाधानात चाललं होतं.

"एक दिवस त्यांना अचानक आठवण झाली. त्यांच्या वडिलांच्या श्राद्धाची तिथी जवळ आली होती. ते चंडीला हाक मारून म्हणाले, 'श्राद्धाच्या दिवशी स्वयंपाक करायची किंवा लोकांना भोजनाला बोलविण्याची काहीही गरज नाही. तू तर त्या दिवशी घरसुद्धा स्वच्छ करू नकोस.' चंडीनं होकार दिला.

"काही काळानंतर श्राद्धाचा दिवस उजाडला.

"घर अत्यंत काळजीपूर्वक स्वच्छ केलेलं होतं. सुग्रास अन्न रांधून तयार होतं. लोकांना भोजनाचं निमंत्रण गेलेलं होतं. उद्दालक मुनींनी समाधानानं विधीपूर्वक आपल्या वडिलांचं श्राद्ध केलं.

"श्राद्धविधी संपन्न झाल्यावर मृत पित्यासाठी भाताचा नैवेद्य दाखवायचा फक्त राहिला होता. उद्दालक मुनींना क्षणभर आपल्या युक्तीचा विसर पडला. ते चंडीला जवळ बोलावून म्हणाले, 'हे भाताचं पात्र नदीच्या प्रवाहात सोडून ये.'

"चंडीनं ते पात्र उचलून केरात नेऊन टाकलं. उद्दालकाच्या मृत पित्याचा तिनं हा असा अपमान केला.

"ते पाहून मात्र उद्दालक मुनींच्या संतापाला पारावार उरला नाही. क्रोधानं त्यांचं

मस्तक जणू फुटायचंच बाकी राहिलं होतं. ते चंडीला म्हणाले, ‘तुझ्याबरोबर राहणं मलाच काय, पण कुणालाही अशक्यच आहे. तुझ्या वाईट वागण्यालासुद्धा काही मर्यादाच उरलेली नाही. मी याबद्दल तुला आता शाप देत आहे. तुझं रूपांतर आता एका पाषाणात होईल. नाहीतरी तुझं हृदय पाषाणाचंच तर बनलेलं आहे!’

“आता चंडीलासुद्धा आपल्या कृत्याचा पश्चात्ताप होऊ लागला. ती गयावया करू लागली. आपल्या पतीसमोर हात जोडून क्षमायाचना करू लागली.

“उद्दालक मुनींना शांत होण्यास थोडा वेळ लागला. अखेर आपल्या पत्नीची दया येऊन ते म्हणाले, ‘चंडी, मी तुला शाप दिला आहे त्यामुळे आता तुझं पाषाणात रूपांतर तर होणारच. पण एक दिवस अश्वमेध यज्ञाचा घोडा येऊन तुला स्पर्श करेल. भगवान श्रीकृष्णाच्या कृपेनं तू तुझ्या मूळ रूपात परत येशील.’

“मग चंडीचं तिथल्या तिथे एका भव्य पाषाणात रूपांतर झालं. तिला तिथेच सोडून उद्दालक मुनी रानात जाऊन तप करू लागले.”

सौरभ मुनींनी आपली कथा संपविली. इतरांबरोबर चंडीसुद्धा ती कथा ऐकत होती. ऐकता ऐकता आपल्या भूतकाळाचा विचार करीत होती. ती आता केवळ शरीरानंच नव्हे, तर अंतर्बाह्य बदलली होती. ती सौरभ ऋषींना प्रणाम करून म्हणाली, “मला माझी चूक उमगली आहे. आता मला माझ्या पतीचा शोध घ्यावयाचा आहे. त्यांच्याबरोबर उर्वरित आयुष्य सुखासमाधानात घालवायचं आहे.”

◆

अंतिम प्रवास

महाभारताच्या अठरा पर्वांपैकी शेवटच्या 'महाप्रस्थान' नावाच्या पर्वात पांडव आणि द्रौपदीच्या अखेरच्या प्रवासाचं वर्णन आहे.

महाभारतातील युद्धसमाप्तीनंतर पांडवांनी कित्येक वर्षं अत्यंत उत्तम राज्यकारभार केला. एक दिवस व्यास मुनी पांडवांच्या भेटीला आले. त्यांनी त्यांना राजसंन्यास घेऊन निवृत्ती स्वीकारण्याचा उपदेश केला. पांडवांची आता राजगादीकडे पाठ फिरविण्याची वेळ आली आहे, असं व्यास मुनींचं मत होतं.

पांडवांनी ते मान्य केलं. राजा युधिष्ठिरानं पांडवांचा नातू परीक्षित याच्या मस्तकी आपला मुकुट स्वहस्ते घालून त्याला हस्तिनापुराच्या राजगादीवर बसवलं. त्याचप्रमाणे कौरवांमधील एक भाऊ युयुत्सु याच्यावर त्यानं राज्याची काळजी वाहण्याची जबाबदारी सोपविली.

पांडवांनी एकत्रितपणे हिमालयामार्गे स्वर्गाला जाण्यासाठी प्रस्थान ठेवलं.

द्रौपदीसह पांडव जेव्हा राजधानी सोडून या अंतिम प्रवासासाठी निघाले तेव्हा त्यांना वाटेत भेटलेला एक कुत्रासुद्धा त्यांच्या सोबतीनं या प्रवासाला निघाला. पांडवांनी दक्षिण दिशेला प्रयाण केले आणि काही काळ लोटल्यानंतर ते क्षीरसागरापाशी जाऊन पोहोचले.

तेथे त्यांना अग्नी भेटला. अग्नीनं अर्जुनाकडे त्याचं शक्तिशाली गांडीव धनुष्य परत मागितलं. अग्नी त्या मागणीचं स्पष्टीकरण करत म्हणाला, "ते गांडीव धनुष्य तू दुष्टांचा संहार करावास यासाठीच तुला प्रदान करण्यात आलं होतं; परंतु आता ही कामगिरी तुझ्याकडून व्यवस्थित पार पडलेली आहे, तेव्हा आता हे धनुष्य जिथून आलं होतं तिथे परत जायला पाहिजे."

त्यावर अर्जुनानं ते धनुष्य अग्नीकडे सोपवलं आणि पांडवांनी नैर्ऋत्येच्या दिशेनं कूच केलं. जरा पुढे गेल्यावर त्यांना पाण्यात बुडून गेलेली द्वारकानगरी दिसली.

तेथून ते हृषीकेशला जाण्यासाठी निघाले. हृषीकेशला त्यांचा प्रवास संपणार होता; परंतु ते प्रवासाच्या अंतिम चरणात असताना हृषीकेशच्या वाटेवरच द्रौपदी रस्त्यात पडली आणि तिथे तिचं प्राणोत्क्रमण झालं.

भीमानं युधिष्ठिराला विचारलं, "द्रौपदीचं असं अचानक या ठिकाणी कसं काय निधन झालं? ती आपल्याबरोबर स्वर्गात का बरं येऊ शकली नाही?"

"कदाचित तिनं आपल्या सर्व पतींविषयी मनात समान भाव ठेवला नसेल. कदाचित तिच्या मनात कुणा एकाविषयी निराळ्या भावना असतील," युधिष्ठिर म्हणाला. आत्म्याचा स्वर्गापर्यंतचा प्रवास काही सोपा नसतो, याची त्याला पूर्ण कल्पना होती.

पांडवांचा प्रवास पुढे सुरू झाला. त्यानंतर काही वेळातच सहदेव मृत्युमुखी पडला. "सहदेवाच्या अंगी वृथाभिमान आणि अहंकार होता. त्याला स्वतःच्या बुद्धीचा आणि ज्ञानाचा गर्व होता. या जगात त्याची त्या बाबतीत कुणीच बरोबरी करू शकणार नाही, अशी त्याची समजूत होती," युधिष्ठिर म्हणाला.

जरा वेळातच नकुलसुद्धा मृत्युमुखी पडला. "आपण या पृथ्वीतलावरील सर्वांत देखण्या आणि उमद्या व्यक्तिमत्त्वाचे पुरुष आहोत असं तो समजत असे," युधिष्ठिर म्हणाला.

आता केवळ तीन पांडव आणि तो कुत्रा एवढेच उरले.

अर्जुनसुद्धा आपला स्वर्गलोकीचा हा प्रवास पूर्ण करू शकला नाही. त्याचंही वाटेतच निधन झालं. "अर्जुनाला स्वतःच्या धनुर्विद्येतील कौशल्याचा गर्व होता. या जगात आपल्या तोडीचा धनुर्धारी दुसरा कुणीच नाही, अशी त्याची समजूत होती," युधिष्ठिर म्हणाला.

त्यानंतर काही वेळातच भीमाला अत्यंत थकवा जाणवू लागला आणि तो जमिनीवर कोसळला. "मला इथून पुढचा प्रवास करणं शक्य होईल असं वाटत नाही; पण हे असं का घडलं?" भीमानं युधिष्ठिराला विचारलं.

"तू नेहमीच स्वतःचं पोट भरेपर्यंत जेवायचास. तू कधीही इतरांचा विचारच केला नाहीस," युधिष्ठिर हळुवारपणे म्हणाला; परंतु भीमाला तिथेच सोडून त्यानं आपला पुढचा प्रवास चालू ठेवला. सोबतीला तो कुत्रा होताच.

जरा वेळानं इंद्रदेव आपल्या रथात बसून त्याच्यापाशी आले. ते म्हणाले, "तुला आता पुढचा रस्ता चालत जाण्याची गरज नाही. तू माझ्या रथात बस. मी तुला स्वर्गलोकी घेऊन जाईन."

"पण माझ्या भावांना आणि माझ्या पत्नीला इथे पृथ्वीवर सोडून स्वर्गलोकी कसा येऊ? मी नाही येणार," युधिष्ठिर म्हणाला.

इंद्रदेव हसून म्हणाले, "अरे, ते सगळे तर केव्हाच स्वर्गात पोहोचले आहेत.

ते सगळे तुझी वाट पाहत आहेत.''

मग युधिष्ठिरानं इंद्रदेवांकडे त्याच्याबरोबर असलेल्या कुत्र्याला स्वर्गलोकी घेऊन येण्याची परवानगी मागितली.

''पण श्वानांना रथात बसण्याची परवानगी नाही. फक्त तूच माझ्याबरोबर येऊ शकतोस,'' इंद्रदेव म्हणाले.

परंतु युधिष्ठिरानं त्यांची विनंती अमान्य केली. तो म्हणाला, ''हा कुत्रा आता माझा मित्र आहे. मी त्याची अशी प्रतारणा नाही करू शकत. ते तर मोठं पातक आहे.''

''तू स्वतःच्या सुखासाठी तरी ते कर. तू आता या श्वानाला इथेच सोडून दे आणि चल माझ्याबरोबर,'' इंद्रदेव त्याला आग्रह करीत म्हणाले.

''नाही, मी असं करूच शकत नाही. माझ्या आयुष्यातील सर्वांत अवघड प्रवासात त्यानंच माझी साथसोबत केली आहे. माझ्या एकेका कुटुंबीयाचं माझ्या डोळ्यांदेखत प्राणोत्क्रमण झालं; परंतु हा कुत्रा सर्व वेळ माझ्यासोबत आहे,'' युधिष्ठिर ठामपणे म्हणाला.

त्याच क्षणी तो कुत्रा अदृश्य होऊन त्या जागी स्वत: न्यायदेवता– धर्म– प्रकट झाली. धर्मानं युधिष्ठिराच्या अंगच्या सद्‌गुणांबद्दल त्याची वाखाणणी केली. त्यानंतर पांडवांमधील सर्वांत ज्येष्ठ पांडवाचा म्हणजेच युधिष्ठिराचा स्वर्गाच्या द्वारामधून आत प्रवेश झाला.

◆

सर्पाचा सूड

युद्ध सुरू होण्याच्या कित्येक वर्षं आधी जेव्हा सुभद्रा गरोदर होती, तेव्हा तिचं तिचा पती अर्जुन याच्याशी एक संभाषण झालं होतं. या संभाषणाचे फार दूरगामी परिणाम होणार असं विधिलिखित होतं.

त्या वेळी अर्जुन तिला म्हणाला होता, ''सुभद्रे, युद्धसमयी शत्रू आपल्यावर चाल करून येत असला, तर त्याला परतवून लावण्यासाठी अनेक व्यूहरचना केल्या जातात.'' अर्जुन त्या वेळी तिला युद्धात वापरल्या जाणाऱ्या अनेक तंत्रांविषयी माहिती देत होता. ''या व्यूहरचनांना वेगवेगळी नावं आहेत आणि त्यांच्या कठीणपणाच्या पातळ्याही वेगवेगळ्या असतात,'' तो म्हणाला.

''म्हणजे काय? मला नीट समजलं नाही,'' सुभद्रा म्हणाली.

''उदाहरणच द्यायचं झालं तर गरुडव्यूह नावाची एक व्यूहरचना असते. यामध्ये योद्धे अशा प्रकारे उभे राहतात, की दुरून पाहणाऱ्याला ती रचना गरुड पक्ष्यासारखी दिसते. आणखी एका व्यूहरचनेमध्ये राजा हा केंद्रस्थानी असून त्याच्याभोवती सैनिकांचा वेढा असतो, जेणेकरून राजाच्या जीवितास धोका पोहोचत नाही. सर्व व्यूहरचनांमध्ये भेद करण्यास सर्वांत कठीण रचना कोणती असेल, तर ती म्हणजे 'चक्रव्यूह'. या व्यूहामध्ये सैनिकांची वर्तुळाकार कडी अशा पद्धतीनं रचलेली असतात, की शत्रूला त्याचा भेद करणं जवळजवळ अशक्यच असतं. एखादा अत्यंत युद्धनिपुण असा योद्धा असेल, तरीही तो जास्तीत जास्त पहिल्या कड्याचा भेद करून आत प्रवेश करू शकेल; पण त्यानंतर त्या कड्यांची रचना अधिकाधिक गुंतागुंतीची होत जाते आणि तो आणखी पुढे जाऊच शकत नाही. समजा, पुढे जाऊ लागला तर तो एका कड्यातून दुसऱ्या कड्यात प्रवेश करत जाता जाता अखेर दिशाहीन होऊन गोंधळून जातो. या चक्रव्यूहाचा यशस्वीपणे भेद करून आपल्या अंतिम लक्ष्यापर्यंत पोहोचणं फारच थोड्या योद्ध्यांना जमतं. या व्यूहाचा भेद

करण्यासाठी प्रचंड बुद्धिमत्ता आणि कल्पकता यांची गरज आहे.

"पण या चक्रव्यूहातून जिवंत परत येणं किती लोकांना शक्य आहे?"

"या चक्रव्यूहाचा भेद करून अंतिम लक्ष्याचा वेध घेऊन कसं परत यायचं हे केवळ अगदी थोड्या लोकांना माहीत आहे. केवळ माझे गुरू द्रोणाचार्य, त्यांचा पुत्र अश्वत्थामा, भीष्म पीतामह आणि मी हे तंत्र जाणतो. का गं? तुला शिकायचं आहे का?" अर्जुनानं विचारलं.

"हो, मला तुम्ही ते शिकवा." असं म्हणून गरोदर सुभद्रा अर्जुनाशेजारी मंचकावर पहुडली.

अर्जुनानं तिला शास्त्रशुद्ध रीतीनं ते तंत्र शिकविण्यासाठी काही धान्याचे दाणे घेतले आणि उत्साहानं तिला सर्व तपशीलवार सांगू लागला, "सुभद्रे, हे धान्याचे दाणे म्हणजे सैनिक आहेत असं समज." असं म्हणून त्यानं ते जमिनीवर वर्तुळाकार मांडले. ही वर्तुळं एकमेकांमध्ये अडकलेली व अत्यंत गुंतागुंतीची होती. योद्ध्यानं चक्रव्यूहाचा भेद करून आत शिरल्यानंतर फसव्या आणि चुकीच्या दिशेला नेणाऱ्या वाटा वगळून थेट लक्ष्याकडे नेणारी योग्य वाट कशी शोधून काढायची, याचं तंत्र त्यानं तिला समजावून सांगितलं. त्यानंतर जरा वेळानं अर्जुनाचं आपल्या पत्नीकडे लक्ष गेलं, तर तिला गाढ झोप लागली असल्याचं त्याच्या लक्षात आलं. मग त्यानं तिला पुढचं काही समजावून सांगितलं नाही. त्यानंतर हा विषय मागे पडला.

काही महिन्यांनंतर सुभद्रेनं एका पुत्राला जन्म दिला. त्याचं नाव अभिमन्यू ठेवण्यात आलं. अभिमन्यू जेव्हा वयात आला तेव्हा त्याचा राजकन्या उत्तरेशी विवाह झाला. महाभारतातील युद्धाच्या काळात उत्तरा गर्भवती होती.

अर्जुन युद्धभूमीच्या एका बाजूला लढाईमध्ये गुंतलेला असताना द्रोणाचार्यांनी स्वतःचं ज्ञान आणि अनुभव वापरून दुसऱ्या टोकाला चक्रव्यूह रचला.

तरुण अभिमन्यूच्या जेव्हा ही गोष्ट कानावर आली तेव्हा तो इतर पांडवांना म्हणाला, "चक्रव्यूहाचा भेद कसा करायचा, ते मला माहीत आहे. मी जेव्हा माझ्या आईच्या गर्भात होतो, तेव्हा पिताजी तिला चक्रव्यूहाचा भेद कसा करायचा याच्या तंत्राची माहिती देत होते; परंतु दुर्दैवानं पिताजींचं स्पष्टीकरण पूर्ण होण्याआधीच तिला झोप लागली. त्यामुळे त्या चक्रव्यूहातून सुटून बाहेर कसं यायचं हे मात्र मला माहीत नाही. मी तुम्हा सर्वांचं नेतृत्व करून तुम्हाला आत घेऊन जाण्यासाठी आनंदानं तयार आहे. तुमच्या मदतीनं परतीचा मार्ग नक्कीच शोधता येईल."

अर्जुन तर जवळपास कुठेही नव्हता. त्यामुळे राहिलेल्या पांडवांनी या बेतास मान्यता दिली आणि सर्व जण त्याच्या मागोमाग निघाले; परंतु दुर्दैवाची गोष्ट अशी की त्या चक्रव्यूहाचा भेद करून आत प्रवेश करणं केवळ अभिमन्यूलाच शक्य झालं. कौरवांनी राहिलेल्या पांडवांना आत शिरूच दिलं नाही. केवळ काही क्षणांतच

अभिमन्यूला कर्ण, द्रोणाचार्य, अश्वत्थामा, दुर्योधन, दु:शासन अशांसारख्या पराक्रमी योद्ध्यांनी घेरलं आणि त्याचा अत्यंत अमानुषपणे वध केला.

युद्धाच्या अठराव्या दिवशी द्रौपदीच्या पुत्रांपैकी केवळ पाच पुत्र हयात राहिले होते.

परंतु त्या रात्री ते सर्व जण गाढ झोपलेले असताना अश्वत्थामा तिथे आला. तो द्रोणाचार्यांचा पुत्र आणि दुर्योधनाचा जिवलग मित्र होता. त्या द्रौपदीच्या पुत्रांना पांडव समजून त्यानं त्यांची हत्या केली. त्यामुळे पांडवांचा एकही पुत्र शिल्लक उरला नाही. केवळ उत्तरेच्या पोटी जो गर्भ होता, तोच आता त्यांचा वारस म्हणून जिवंत होता. अखेर जेव्हा उत्तरेची प्रसूती झाली तेव्हा जन्माला आलेलं बालक चेतनाहीन होतं.

पांडव घाबरून गेले. आपला वंश आता पुत्राविना इथेच संपणार की काय, अशी त्यांना भीती वाटू लागली. त्यांनी कृष्णाचा धावा केला. कृष्णानं त्या निश्चेष्ट बालकाला जिवंत केलं. त्या बालकाचं 'परीक्षित' असं नामकरण करण्यात आलं, कारण त्या बालकाच्या रूपानं जणू नियती पांडवांच्या वंशसातत्याची परीक्षाच घेत होती.

परीक्षिताचं पांडवांनी अत्यंत प्रेमानं लालनपालन केलं. परीक्षित मोठा झाल्यावर तो राजगादीवर बसला. त्यानं आपला राज्यकारभार फार उत्तम रीतीनं पार पाडला. तो एक कर्तव्यदक्ष शासनकर्ता होता. तो त्याच्या प्रजाजनांचा आवडता राजा होता.

एक दिवस परीक्षित राजा आपल्या शिपायांबरोबर शिकारीला गेला होता. शिकारीच्या नादात तो आपल्या शिपायांपासून खूप दूरवर जाऊन पोहोचला. भ्रमंती करता करता तो शमिक ऋषींच्या आश्रमापाशी जाऊन पोहोचला. शमिक ऋषी ध्यानस्थ बसले होते. त्यामुळे आपल्या भोवताली काय घडत आहे, याची त्यांना काहीच जाणीव नव्हती. परीक्षित राजा तहानेनं व्याकूळ झाला होता. त्याला प्यायला पाणी हवं होतं. त्यानं पाण्यासाठी अनेक वेळा आवाज दिला, हाका मारल्या; परंतु आश्रमातून कुणीच बाहेर आलं नाही. मग परीक्षित राजा आश्रमात शिरला. समोरच शमिक ऋषी ध्यानधारणेत मग्न होऊन बसलेले त्याला दिसले. त्यांचे डोळे मिटलेले होते. बाजूला कोपऱ्यात एक सर्प मृतावस्थेत पडलेला होता. राजा तहानेनं व्याकूळ झाला होता. हे ऋषी ध्यानस्थ असल्याचं केवळ ढोंग करीत आहेत अशी त्याची समजूत झाली. त्यानं रागाच्या भरात एका काठीनं तो मृत सर्प उचलून शमिक ऋषींच्या गळ्यात टाकला आणि तो आश्रमातून निघून गेला.

काही वेळानंतर शमिक ऋषींचा मुलगा श्रृंगी तेथे आला. आपल्या वडिलांच्या गळ्यातील मृत सर्प पाहून त्याला धक्काच बसला. आपल्या भाविक व श्रद्धाळू पित्याचा अवमान करण्यासाठी कुणीतरी मुद्दामच हे कृत्य केलेलं आहे, असं त्याला

वाटलं. त्यानं तत्काळ शापवाणी उच्चारली, ''ज्या कुणी माझ्या पित्याच्या गळ्यात ही मृत सर्पाची माला घातलेली आहे, त्याचा एक आठवड्याच्या आत सर्पदंशानं मृत्यू होईल.''

एव्हाना शमिक ऋषींची ध्यानधारणा संपून त्यांनी डोळे उघडले होते. आपल्या मुलानं उच्चारलेल्या या शापवाणीविषयी त्यांना समजताच ते त्याला म्हणाले, ''हे बघ श्रुंगी, अशी पूर्ण हकिकत जाणून न घेता कुणालाही कधी शाप देऊ नये. तू कोणत्याही गोष्टीच्या दोन्ही बाजू ऐकून घेतल्या पाहिजेस. तू जेव्हा कुणालाही शाप देतोस, तेव्हा त्या वेळी तुझ्यामध्ये असलेली काही योगशक्ती खर्च होत असते. आपण इथे या जगामध्ये सुधारणा करून जगाचं भलं करण्यासाठी आहोत. तेव्हा अगदी काही अपवादात्मक परिस्थितीतच शापवाणीचा उच्चार करायला हवा.''

घडलेल्या प्रकाराबद्दल शमिक ऋषींनी आजूबाजूला चौकशी केल्यावर त्यांना असं समजलं की एक लोककल्याणकारी राजा म्हणून प्रसिद्ध असलेला परीक्षित राजा नुकताच त्यांच्या आश्रमाच्या भेटीस येऊन गेला. मग ऋषींनी ताबडतोब आपल्या शिष्यांना राजधानीत पाठवलं. शिष्यांनी राजाकडे जाऊन त्याला घडलेली हकिकत सांगितली आणि त्याचा मृत्यू नजीकच्या काळातच घडणार असून, ते लक्षात घेऊन राजानं लागेल ती व्यवस्था करून ठेवली पाहिजे, अशी सावधगिरीची सूचनासुद्धा त्याला दिली.

दरम्यानच्या काळात राजालासुद्धा आपल्या हातून घडलेल्या कृत्याचा पश्चात्ताप होतच होता. त्यानं तर एका ऋषींचा अनादर केला होता.

शमिक ऋषींच्या शिष्यांकडून त्यांचा पुत्र श्रुंगी यानं दिलेल्या शापाविषयी कळल्यानंतरसुद्धा परीक्षित राजा शांत राहिला. त्याचा पुत्र जनमेजय हा अजून वयानं लहान असल्यामुळे त्यानं आपला राज्यकारभार आपल्या मंत्रिमंडळाच्या हाती सोपविला. त्यानं नंतरचा काळ दानधर्म करण्यात, पुराणातील कथांचं श्रवण करण्यात आणि भगवान विष्णूंची आराधना करण्यात घालवायचं ठरविलं. त्यानं व्यास मुनींचा पुत्र शुक याला बोलावून आपल्या पूर्वजांच्या, वाडवडिलांच्या कथांचं त्यांच्याकडून श्रवण करण्यास सुरुवात केली.

कसंही करून आपल्या राजाचे प्राण कसे वाचविता येतील, यासाठी त्याच्या मंत्रिमंडळानं विचारविनिमय केला. अखेर त्यांनी एक बेत आखला. राजाच्या मंत्र्यांनी रातोरात गंगेच्या तीरी एक अतिशय उंच असा मनोरा बांधून घेतला. मनोऱ्याच्या सर्वांत वरच्या भागी एक लहानसं घर बांधून तेथे परीक्षित राजाच्या निवासाची व्यवस्था करण्यात आली. मनोऱ्याभोवती आणि घराभोवती सुरक्षारक्षकांचा वेढा बसविण्यात आला. कुणालाही आत शिरण्यास बंदी करण्यात आली.

परंतु परीक्षित राजानं मात्र मनोमन या शापाचा स्वीकार केला होता. हा शाप

नक्की खरी होणार याची त्याला मनोमन खात्री होती. त्याची मृत्यूला सामोरं जाण्यासाठी मानसिक तयारी झालेली होती; परंतु अखेर आपल्या मंत्रिमंडळाच्या विनंतीस मान देऊन त्यांनी बांधलेल्या त्या उंच मनोऱ्यात राहण्यास तो तयार झाला.

शुकमुनी आणि राजा परीक्षित रोज एकत्र बसत आणि शुकमुनींच्या तोंडून राजा आपल्या वाडवडिलांच्या कथा ऐकत असे. या कथांनाच भागवत असे म्हणतात. कथाश्रवणाचा हा कार्यक्रम सलग सहा दिवस सुरू होता.

सातव्या दिवशी राजाच्या भेटीला आलेल्या एका परिचितानं राजाला फळांची टोपली स्नेहभेट म्हणून पाठविली. राजानं त्यातलं एक फळ घेऊन कापलं, तर त्यातून एक कृमी वळवळत बाहेर आला. काही क्षणातच त्या कृमीचं एका महाकाय सर्पात रूपांतर झालं. राजानं एक पाऊल टाकायच्या आतच त्या सर्पानं त्याला दंश केला. राजा परीक्षिताचं तत्काळ प्राणोत्क्रमण झालं. हा सर्प म्हणजेच सर्पांचा राजा तक्षक. खांडववनात पांडवांमुळे अग्नीनं त्याच्या सर्व कुटुंबीयांचा बळी घेतला होता. तक्षकानं त्याचा असा सूड उगवला.

◆

सुडाचे दुष्टचक्र

खूप वर्षांपूर्वी एक ऋषी राहत होते. त्यांचं नाव फार विचित्र होतं– जरत्कारू. त्यांना त्यांचं संपूर्ण जीवन फक्त ध्यानधारणेत व्यतीत करावयाचं होतं. प्रपंचाच्या गुंत्यात त्यांना अडकायचं नव्हतं.

एक दिवस या ऋषींना एक दृष्टान्त झाला. त्यांचे पूर्वज त्यांना म्हणाले, "तुला जोवर संतती होत नाही, तोवर आमच्या आत्म्याला शांती लाभणार नाही. काहीही झालं तरी आमचा वंश पुढे चालू राहिलाच पाहिजे."

परंतु जरत्कारू ऋषींना हे काही पटलं नाही. "केवळ वंशसातत्यासाठी मी विवाह करावा, असं जर तुमचं म्हणणं असेल तर मग माझीसुद्धा एक अट आहे. ज्या मुलीशी माझा विवाह होईल तिचं नावही अगदी माझ्या नावाप्रमाणेच असलं पाहिजे. मी माझ्याच नावाच्या मुलीशी विवाह करीन, अन्यथा नाही." ते निग्रहानं म्हणाले. या नावाची मुलगी कुठे शोधूनसुद्धा सापडणार नाही, अशी त्यांना खात्रीच होती.

परंतु आपली ही विचित्र अट काही थोड्याच दिवसांत पूर्ण होणार आहे याची त्यांना सुतरामही कल्पना नव्हती.

त्या काळात जगातील सर्पांची संख्या प्रमाणाबाहेर वाढत चालली होती. ते सर्प दिवसेंदिवस जास्त धीट होत चालले होते. ते माणसांना दंश करून ठार मारत होते. मग त्या सर्पांच्या भीतीनं माणसांचा एक मोठा जमाव कश्यप ऋषींकडे गेला. त्यांनी ऋषींकडे या सर्पांचा बंदोबस्त करण्याची विनंती केली. त्यावर लवकरच काहीतरी उपाययोजना करण्याचं आश्वासन कश्यप मुनींनी त्यांना दिलं.

कश्यप ऋषींनी दीर्घकाळ ध्यानधारणा केली. त्या ध्यानधारणेतूनच एक मुलगी जन्माला आली. तिचं नाव मनसा.

मनसा ही शंकर आणि विष्णू या दोघांची भक्ती करीत असे. तिनं अत्यंत कठोर

तपश्चर्या केली. त्यानंतर सर्व जण तिला जरत्कारू म्हणून ओळखू लागले. भगवान विष्णू तिच्या अढळ तपश्चर्येवर आणि भक्तीवर प्रसन्न झाले. त्यांनी तिला एकंदर बारा नावे दिली. ती अशी– नागेश्वरी, आस्तिक माता, विषहरा इत्यादी. जर एखाद्या व्यक्तीनं तिच्या या सर्व नामांचं स्मरण करून जप केला, तर त्या व्यक्तीला सर्पापासून संरक्षण मिळे.

एक दिवस जरत्कारू मुनी रानातून जात असताना त्यांना सर्पांचा राजा भेटला. हासुद्धा कश्यप ऋषींच्या अनेक पुत्रांपैकीच एक होता. प्रवासानं थकलेल्या जरत्कारू मुनींना सर्पराज वासुकी यानं आपल्या घरी येऊन विश्रांती घेण्याचं निमंत्रण दिलं. जरत्कारू मुनी ते निमंत्रण स्वीकारून वासुकीच्या घरी गेले. तिथे त्यांना वासुकीची बहीण जरत्कारू भेटली.

आता मात्र आपण पूर्वजांना स्वप्नात दिलेलं वचन आपल्याला पाळावंच लागणार याची जरत्कारू मुनींना जाणीव झाली. त्यांनी त्या दृष्टान्ताची हकिकत वासुकीला समजावून सांगितली. वासुकीला स्वत:लासुद्धा असा दृष्टान्त झाला होता, की त्याची बहीण जरत्कारू भविष्यात संपूर्ण सर्पजातीचं संरक्षण करेल आणि विनाश होण्यापासून त्यांना वाचवेल. त्यामुळे त्यानं आपल्या बहिणीचा विवाह जरत्कारू मुनींशी लावण्यास तत्काळ मान्यता दिली. अशा रीतीनं जरत्कारूचा विवाह जरत्कारू मुनींशी झाला. लवकरच त्या दोघांना पुत्रप्राप्ती झाली. त्यांनी त्याचं नाव आस्तिक असं ठेवलं.

इकडे हस्तिनापुरात राजा परीक्षित याचा मृत्यू झाला होता; परंतु त्याचा पुत्र जनमेजय अगदीच लहान असल्यामुळे तो राजगादी सांभाळण्यास पात्र नव्हता. त्यामुळे राज्याचा कारभार राजा परीक्षिताचं मंत्रिमंडळ पाहत होतं. काही काळानं जनमेजय वयात आल्यानंतर तो हस्तिनापूरचा राजा बनला. तो एक लोककल्याणकारी राजा होता, त्यामुळे तो त्याच्या पूर्वजांइतकाच, म्हणजे पांडवांइतकाच लोकप्रिय होता.

एक दिवस वैशंपायन नावाचे ऋषी राजा जनमेजयाच्या भेटीसाठी आले. जनमेजयाला आपल्या वडिलांविषयी सर्व काही जाणून घ्यायचं होतं; त्यामुळे त्यानं मुनींना त्यांच्याबद्दल सांगण्याची विनंती केली. आपल्या वडिलांचा मृत्यू नक्की कशामुळे झाला, हे सत्य जनमेजयाला त्या वेळी समजलं.

जनमेजय संतप्त झाला. तो म्हणाला, "माझी सर्पयज्ञ करण्याची इच्छा आहे. या यज्ञासाठी मी मोठमोठ्या ऋषी-महर्षींना दूरवरून बोलावून घेणार आहे. हा यज्ञ इतका शक्तिशाली असेल, की जगभरातील सर्प खेचून इकडे येतील आणि यज्ञाच्या अग्नीकडे आकर्षित होतील. म्हणजे त्यांचा कायमचा संहार होईल."

ही बातमी वाऱ्यासारखी सगळीकडे पसरली. सर्व सर्प भयभीत होऊन त्या

यज्ञाच्या ठिकाणापासून शक्य तेवढं दूर जाऊ लागले; परंतु प्रत्यक्ष यज्ञाला जेव्हा सुरुवात झाली तेव्हा सर्प आपोआप त्याकडे खेचले जाऊ लागले आणि यज्ञवेदीमध्ये भस्मसात होऊ लागले. अखेर थोडेफार सर्प कसाबसा जीव वाचवून सर्पदेवी जरत्कारू हिच्याकडे गेले.

जरत्कारू मुनी आणि जरत्कारूनं त्यांचा मुलगा आस्तिक याला जनमेजयाची समजूत काढण्यासाठी पाठविलं. आस्तिक मुनी जनमेजयाकडे गेले. ते इतर ऋषिमुनींबरोबर यज्ञाला बसले. अजूनही सर्प येऊन त्यात अग्नीमध्ये पडून भस्मसात होतच होते; परंतु अजून जनमेजयाचा मुख्य शत्रू तक्षक मात्र बेपत्ता होता. जनमेजयानं सर्व ऋषींना तक्षकाचा ठावठिकाणा शोधून काढण्याची विनंती केली.

अखेर आस्तिक मुनी जनमेजयाला म्हणाले, ''तक्षक कुठे आहे, ते मला माहीत आहे.''

''मग मला सांगा, मुनिवर.''

''तो स्वर्गलोकी इंद्राच्या निवासस्थानी दडून बसला आहे.''

त्यावर जनमेजय विचारात पडला. ''मग आता आपण मंत्रघोष करून इंद्रदेवांना आवाहन करू,'' तो म्हणाला, ''म्हणजे इंद्रदेवांबरोबर तक्षकाला इकडे यावंच लागेल. त्याला दुसरा काही पर्याय राहणार नाही.''

मग इतर सर्व मुनींनी इंद्रदेवांना पाचारण करण्यासाठी मंत्रघोष सुरू केला. राजा जनमेजय आस्तिक मुनींकडे वळून म्हणाला, ''मुनिवर तुम्ही माझ्या कट्टर शत्रूला शोधून काढण्यासाठी मला मोलाची मदत केलीत. आता तुमची जी काही इच्छा असेल, ती मी पूर्ण करीन.''

त्यावर आस्तिक मुनींनी फक्त मान डोलावली.

काही तास लोटल्यानंतर तो मंत्रघोष इंद्रदेवांच्या कानी पडला आणि त्या मंत्रांच्या शक्तीमुळे ते त्या यज्ञाकडे ओढले गेले. इंद्रदेव आणि त्यांच्या मागोमाग तक्षक असे पृथ्वीतलावर अवतीर्ण झाले.

तक्षकानं दुरून यज्ञाचा अग्नी प्रज्वलित असलेला पाहून भीतीनं आपल्या परममित्राला म्हणजेच इंद्रदेवांना घट्ट पकडून ठेवलं; परंतु तरीही तो यज्ञकुंडाकडे खेचल्या जाणाऱ्या स्वत:च्या शरीराला वाचवू शकला नाही. अखेर एक क्षण असा आला की तक्षकाची इंद्रावरची पकड सुटली आणि तो आता अग्नीमध्ये भस्मसात होणार इतक्यात आस्तिक मुनी मोठ्यांदा ओरडले, ''महाराज, तुम्ही माझी कोणतीही एक इच्छा पूर्ण करणार असल्याचं मला वचन दिलं आहेत ना? मग हा यज्ञ ताबडतोब आत्ताच्या आत्ता थांबवा.''

''मुनिवर तेवढं एक सोडून दुसरं काहीही मागा,'' राजा जनमेजय म्हणाला.

''पण मला दुसरं काहीच नको आहे,'' आस्तिक मुनी म्हणाले. ते आता अडून

बसले होते.

जनमेजय राजा दिलेल्या वचनाला जागणारा असल्यामुळे त्यानं यज्ञ थांबवला आणि तक्षकाचे प्राण वाचले. केवळ काही क्षणांच्या फरकानं त्याची मृत्यूपासून सुटका झाली.

आता आस्तिक मुनी आपल्या मूळ स्वरूपात सर्वांसमोर प्रकट झाले. आस्तिक हाही एक सर्पच होता. तो जनमेजयाला म्हणाला, ''महाराज, तुम्ही तक्षकावर रागावलेले आहात, याची मला कल्पना आहे; परंतु एक गोष्ट लक्षात घ्या. तुमचे पूर्वजसुद्धा पूर्णपणे निर्दोष होते असं मात्र नाही. खांडववन जेव्हा तुमच्या पूर्वजांनी आगीत भस्मसात केलं, तेव्हा त्यात तक्षकाच्या संपूर्ण कुटुंबाची राखरांगोळी झाली. त्यामुळेच तक्षकाला तुमच्या वडिलांचे प्राण घेण्यास पाठवून सर्पांनी त्या गोष्टीचा सूड घेतला. आता तुम्ही यापुढे सर्पांची हत्या अशीच चालू ठेवली, तर सुडाची ही परंपरा पुढेही सुरू राहील आणि तुमच्या पुढच्या पिढ्यांनाही याची फळं भोगावी लागतील. तेव्हा तुम्ही हा वेडेपणा इथेच थांबवा. तुम्हाला केवळ एका सर्पाचा सूड घ्यायचा आहे ना, मग त्यासाठी संपूर्ण सर्प जमातीचा संहार करू नका.''

यावर जनमेजय राजा काहीच न बोलता गप्प बसला.

''जन्माला आलेल्या प्रत्येकालाच कधी ना कधी मरण पत्करावंच लागतं,'' आस्तिक म्हणाला, ''तुमच्याही वडिलांना मरण येणारच होतं ना? फक्त त्यांचा मृत्यू सुडाच्या कारणापायी झाला. तुमच्या पूर्वजांकडून, वाडवडिलांकडून तुम्ही एक गोष्ट शिका. महाभारतातील युद्ध हे केवळ या सूडभावनेतून घडून आलं. युद्धामध्ये योद्धे मरण पावतात आणि मागे राहतात ती त्यांची अनाथ मुलं आणि विधवा. तुम्ही तर आत्तापर्यंत अनेक सर्पांचा हकनाक बळी घेतला आहेत. आतातरी हे हत्याकांड थांबवा.''

आस्तिकांचं बोलणं जनमेजयाला पटलं. त्यानं नागजमातीशी असलेलं पारंपरिक वैर तिथेच थांबवलं.

असं म्हणतात, की भारतात आजही दुरून साप दिसला, की लोक आस्तिकाच्या नावाचा उच्चार करून त्याला पळवून लावतात. त्याचप्रमाणे रात्रीच्या वेळी अंधाऱ्या रस्त्यातून जात असताना सरपटणाऱ्या प्राण्यांपासून स्वतःचा जीव वाचविण्यासाठी 'आस्तिक, आस्तिक, आस्तिक' असा जप करत जातात.

◆

स्पष्टीकरण कोश

अश्वमेध यज्ञ : या विशिष्ट प्रकारच्या यज्ञामध्ये राजा यज्ञानंतर एक घोडा मोकळा सोडतो. हा घोडा भ्रमंती करून जे जे मुलूख पादाक्रांत करेल, त्या मुलखातील राज्यकर्त्यांना अश्वमेध यज्ञ करणाऱ्या राज्याचं सार्वभौमत्व स्वीकारून त्याचं मांडलिक होऊन राहावं लागतं. ते करणं ज्याला मंजूर नसेल, तो घोड्यापाठोपाठ आलेल्या राजाच्या सैन्याशी दोन हात करू शकतो. पूर्वीच्या काळी अनेक राजे हा अश्वमेध यज्ञ करत असत. इतिहासातील दाखल्यांमध्ये १७४३ सालीसुद्धा अशा प्रकारचा यज्ञ करण्यात आल्याच्या नोंदी आहेत. भारतामधील आंध्र प्रदेशात असलेल्या नागार्जुनकोंडा म्युझियममध्ये अशा प्रकारच्या एका यज्ञाचं स्थळ आपल्याला पाहायला मिळतं. ते सुमारे १७०० वर्षांपूर्वी ईक्ष्वाकू घराण्याच्या राज्यकर्त्यांनी बनवलेलं आहे.

अरणी – एका विशिष्ट प्रकारची जळणाची लाकडे.
गंधर्व – हे स्वर्गात राहतात.
कमंडलू – विशिष्ट प्रकारचे जलपात्र.
मनसा – मनापासून.
शकुंत – विशिष्ट पक्षी.
श्राद्ध – मृतात्म्यांच्या शांतीसाठी केलेली पूजा.
विष्णू शाळिग्राम – ज्याला भगवान विष्णूंचं प्रतीक मानलं जातं, असा काळा, गुळगुळीत दगड.
यज्ञपुरुष – ज्या पवित्र पुरुषाचा जन्म यज्ञातून झालेला आहे असा.
यक्ष – एक सुस्वभावी व प्रेमळ अस्तित्व.

◆

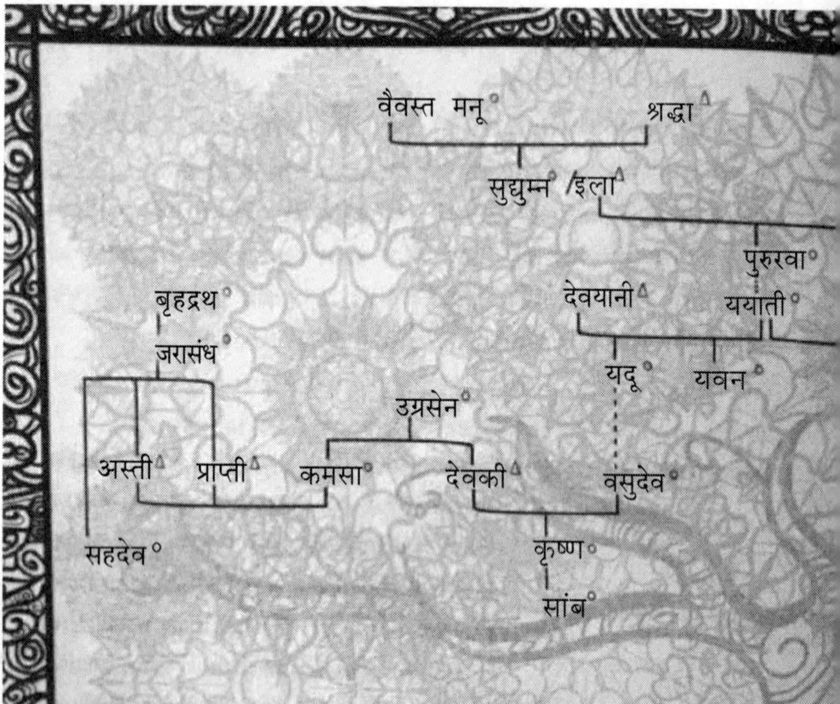
वैवस्त मनू
श्रद्धा
सुद्युम्न /इला
पुरुरवा
देवयानी
ययाति
बृहद्रथ
जरासंध
यदू
यवन
उग्रसेन
अस्ती
प्राप्ती
कमसा
देवकी
वसुदेव
सहदेव
कृष्ण
सांब
अंबिका
गांधारी
धृतराष्ट्र
सूर्य
दुर्योधन + ९९ कौरव
दुशला
कर्ण
लक्ष्मण
लक्ष्मणकुमार
वृषकेतू
द्रुपद
दृष्टद्युम्न
द्रौपदी
(पाच पांडवांची
पत्नी झाली)
युधिष्ठिर
हिडिंबी
भीम
शिखंडी
घटोत्कच
बार्बारिक
पुनर्जन्म
पुरुष
स्त्री

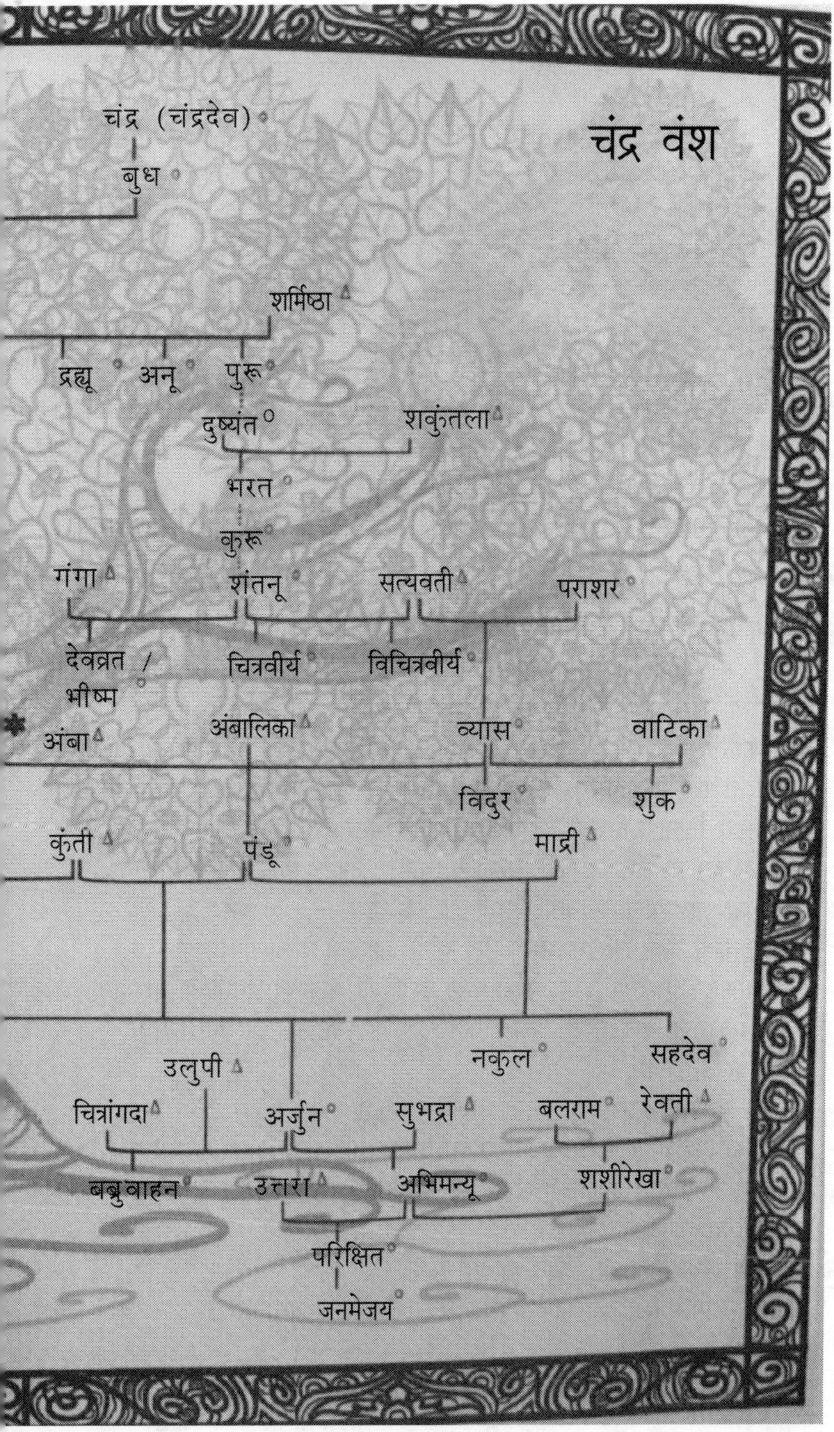
चंद्र वंश
चंद्र (चंद्रदेव)
बुध
शर्मिष्ठा
द्रह्यू
अनू
पुरू
दुष्यंत
शकुंतला
भरत
कुरू
गंगा
शंतनू
सत्यवती
पराशर
देवव्रत / भीष्म
चित्रवीर्य
विचित्रवीर्य
अंबा
अंबालिका
व्यास
वाटिका
विदुर
शुक
कुंती
पंडू
माद्री
नकुल
सहदेव
उलुपी
चित्रांगदा
अर्जुन
सुभद्रा
बलराम
रेवती
बभ्रुवाहन
उत्तरा
अभिमन्यू
शशीरेखा
परिक्षित
जनमेजय

मनात घर करून राहणाऱ्या, देशविदेशच्या गमतीशीर आणि चटकदार कथा

थैलीभर गोष्टी

सुधा मूर्ती

अनुवाद
लीना सोहोनी

राजे राजवाडे, महाराण्या, राजपुत्र, राजकन्या, कंजूष माणसं, जवळ फुटकी कवडीही नसलेली दरिद्री माणसं, शहाणी माणसं, विद्वान माणसं, चतुर माणसं, मूर्ख आणि अडाणी माणसं, चमत्कारिक स्त्रिया व पुरुष, चित्रविचित्र घटना या सुरस कथांमधून जिवंत होऊन आपल्या भेटीला येतात.
एका कथेतील बुद्धिमान राजकन्येला आपल्यापेक्षा हुशार पती हवा असतो, म्हणून ती सर्व विवाहोत्सुक तरुणांना प्रत्येकी नऊ प्रश्न विचारण्याची संधी देते, पण अखेर तिलाही निरुत्तर करणारा कोणीतरी भेटतोच... एक अनाथ मुलगा आपल्या दुष्ट काकांना चांगली अद्दल घडवतो... आणि संकटात सापडलेल्या एका वृद्ध जोडप्याला उपयोगी पडतो तो एक ढोल!
यातील काही कथा लेखिका सुधा मूर्ती यांनी आपल्या बालपणी आजी-आजोबांकडून ऐकल्या... तर काही कथा देशोदेशी केलेल्या भ्रमंतीच्या दरम्यान त्यांना ऐकायला मिळाल्या... काही कथा त्यांच्या स्वत:च्या कल्पनाशक्तीतून कागदावर उतरल्या...
या सर्वच्या सर्व सुरस, कालातीत अशा लोककथा
गेली कित्येक वर्षं लेखिकेच्या मनात घर करून राहिलेल्या आहेत. वेळोवेळी आपल्या सहवासात आलेल्या लहान मुलामुलींना, आपल्या विद्यार्थ्यांना त्यांनी त्या सांगितल्या आहेत.
आज या कथासंग्रहाच्या रूपाने या सर्व कथा
लहान मुलांपासून मोठ्या माणसांपर्यंत सर्वच वाचकांना वाचनासाठी उपलब्ध होत आहेत.